அழகே...
ஆரோக்கியமே...

மலிவுப் பொருட்களில் பொலிவு ரகசியம்!

ராஜம் முரளி

தொகுப்பு: ரேவதி

விகடன்
பிரசுரம்

Title :
AZHAGAE... AAROKKIYAMAE...

© RAJAM MURALI

ISBN : 978-81-8476-413-0

விகடன் பிரசுரம்: **647**

நூல் தலைப்பு:
அழகே... ஆரோக்கியமே...

நூல் ஆசிரியர்:
© ராஜம் முரளி

தொகுப்பு:
ரேவதி

முதற்பதிப்பு : **மார்ச், 2012**

விலை : **₹ 65**

பதிப்பாளர்:
பா.சீனிவாசன்

ஆசிரியர்:
இரா.சரவணன்

முதன்மை பொறுப்பாசிரியர்:
பொன்ஸீ

தலைமை உதவி ஆசிரியர்கள்:
எஸ்.கோபால், எம்.நாகமணி, கே.பாசுமணி

உதவி ஆசிரியர்:
சிவராஜ்

முதன்மை வடிவமைப்பு:
மு.ராம்குமார்

தலைமை வடிவமைப்பு:
அ.அன்பழகன்

விகடன் பிரசுரம்
757, அண்ணா சாலை, சென்னை-600 002.

எடிட்டோரியல் பிரிவு போன்: 044-28524074 / 84
விற்பனை பிரிவு போன்: 044-42634283 / 84
e-mail: pubonline@vikatan.com

ராஜம் முரளி

'அஞ்சறைப் பெட்டிக்குள்ளே இருக்கிறது அட்டகாசமான அழகுப் பெட்டகம்' - என்பதை 'அவள் விகடன்' மூலம் முதன்முதலில் அறிமுகப்படுத்திய அழகுக்கலை நிபுணர். பியூட்டி பார்லருக்குப் போய் பணத்தை செலவழிக்கும் பெண்கள், தினமும் பயன்படுத்தும் மலிவான பொருட்களின் மூலமே பொலிவான அழகைப் பெறலாம் என்று அழகு 'டிப்ஸ்'களை அள்ளி வழங்கி, பெண்களிடம் அமோக வரவேற்பைப் பெற்றவர்.

பொருளாதாரப் படிப்பில் பட்டதாரியான இவர், ஹோமியோபதி, பயோகெமிஸ்ட்ரி துறைகளிலும் டிப்ளோமா பெற்றவர். மேற்கு வங்க அரசின் 'இண்டியன் கவுன்சில் ஆஃப் ஆல்டர்னேட்டிவ் மெடிசன்'-னில் பதிவுப் பெற்ற மூலிகை மருத்துவர்.

'மகளிர் தொழில் முனைவோர்' பிரிவில் பயிற்சி பெற்று, 1996-ல் 'நேச்சுரல் ப்ராடக்ட்ஸ்' என்னும் நிறுவனத்தைத் தொடங்கியவர். 2010-ல் 'ஆர்.எம்.ஹெர்பல்ஸ்' என்ற பெயரில் மூலிகை அழகு சாதனப் பொருட்களைத் தயாரிக்கும் நிறுவனத்தையும் தொடங்கி, சிறந்த தொழில் முனைவோருக்கான விருதை பலமுறை பெற்றுள்ளார்.

மூலிகை ஆராய்ச்சியிலும் மிகுந்த ஆர்வம் உடையவர். அழகுக்கலை தொடர்பான இவருடைய நிகழ்ச்சிகள் பல, சென்னைப் பொதிகைத் தொலைக்காட்சியில் நேரடி ஒளிபரப்பாகி, சாதனை படைத்துள்ளது.

அசாத்திய அழகு சாத்தியமே..!

'**அழகு**' என்ற வார்த்தையை உச்சரிக்கும்போதே அதில் ஒளிந்துள்ள உற்சாகத்தை நாமும் உணர முடிகிறது.

உணவு, உடை, இருப்பிடத்துக்கு அடுத்தபடியாய் வாழ்க்கையின் நான்காவது தேவை ஆரோக்கியம். அதிலும் அழகுடன் சேர்ந்த ஆரோக்கியம் கிடைத்தால் இரட்டிப்பு மகிழ்ச்சி! இன்றைய நவநாகரிக உலகில் அழகை ஆராதிக்காத ஆத்மாக்களே இல்லை. 'அழகு' என்கிற வார்த்தைதான் உலகை ஆள்கிறது.

உடல் அழகை மேன்மேலும் உயர்த்துவதற்கான வழிகள் ஆங்காங்கே கிடைத்தாலும், அவற்றில் ஆரோக்கியம் இருப்பதில்லை. ஆரோக்கியத்தை விரும்பும் அனைவரும் அழகையும் விரும்புவது இயல்புதானே! இதன் அடிப்படையில், ரசாயனக் கலவை இல்லாத இயற்கை வஸ்துகளின் மூலம் இனிக்கும் இளமையான தோற்றத்தைப் பெறும் அற்புதத் தகவல்களைத் தாங்கி வந்துள்ளது இந்த நூல்.

தலைமுடி தொடங்கி புருவம், கன்னம், கழுத்து, பாதம் வரையிலான உடல் உறுப்புகள் அனைத்தும் அசாத்தியமான அழகைப் பெறுவது சாத்தியமா? 'சாத்தியமே' என்ற பதிலை, சுவாரஸ்யமிக்க செய்முறைகளுடன் விளக்கியுள்ளார் நூலாசிரியர் ராஜம் முரளி.

'அவள் விகடனி'ல் 'அழகே... ஆரோக்கியமே...' என்ற தலைப்பில் வெளிவந்த கட்டுரைகளின் தொகுப்பே இந்த நூல். அனைத்துத் தரப்பு மக்களும் மிக எளிதாக செய்து பார்க்கும் வழிமுறைகள் இதில் உள்ளன.

அழகுடன் பழகும் அற்புத வாய்ப்புக் கிடைக்காதா! என ஏங்குபவர்களுக்கும், அழகை அரவணைக்க ஆசைப்படுபவர்களுக்கும் இந்த நூல் அற்புதமானப் பொக்கிஷம்.

– ஆசிரியர்

அழகாய் மிளிர அக்கறை அவசியம்!

அழகாய் மிளிர, ஆசை இருந்தால் போதுமா? அக்கறையாய் கவனித்தால்தான் அழகை நிரந்தரமாய் தக்கவைத்துக் கொள்ள முடியும். சுற்றுச்சூழல், சுகாதாரம், ஆரோக்கியமற்ற உணவு, செயற்கை அழகுப் பொருட்கள்... என பல்வேறு வகையான காரணங்களால் நம்முடைய சருமம் முற்றிலும் பாதிக்கப் படுகிறது. இதனால், உடல் மெலிந்து அழகும் மங்கிபோய் விடுகிறது.

'அழகு என்னை ஆட்கொள்ள, நான் என்ன செய்ய வேண்டும்?' என்ற கேள்வியோடு, வலது கையை உயர்த்துபவர்கள் இன்று இலக்குகளில் அடங்கமாட்டார்கள்.

இன்றோ, பள்ளிக்கூட சிறுமிகள் தொடங்கி அலுவலகம் போகும் அன்பு சகோதரிகள் வரை பியூட்டி பார்லரில் பழியாய் கிடப்பதைப் பார்க்க முடிகிறது. சருமம் பளிச்சிட வேண்டும் என்பதற்காக சகட்டுமேனிக்கு ரசாயன க்ரீம்களைப் பயன்படுத்தியும், எடுப்பான கன்னம் பெற எத்தனையோ வழிகளைப் பின்பற்றியும் அவர்களால் அழகை அணைத்துக்கொள்ள முடியவில்லை. காரணம், அவை அனைத்தும் செயற்கை வஸ்துக்களே! இறைவன் நமக்கு அளித்துள்ள இயற்கை அழகை செயற்கை வஸ்துக்களால் முற்றிலும் கெடுத்துக்கொள்வது சரியா?

அந்தக் காலப் பெண்கள் இதுபோன்ற பிரச்னைகளை சந்தித்து இருந்தார்களா? என்றால், 'இல்லை' என்றுதான் சொல்ல வேண்டும். பளபள சருமத்துடன் பட்டுடல் மின்னிடவும், தழைய தழைய தவழ்ந்து வரும் கூந்தலுடன் ஒய்யார நடைபோடும் அந்தக் காலப் பெண்களைப் பார்ப்பவர்கள் வியப்பில் ஆழ்வதோடு, அழகுக்குரிய சரணங்கள் பாடி அவளிடம் சரணடைவதும் உண்டு. ஆனால் இன்று, பாரம்பரிய பழக்கவழக்கங்களையும், பாட்டிமார் மருத்துவக் குறிப்புகளையும் பின்பற்றுபவர்கள் எத்தனைப் பேர்? அழகுடன் இளமை மாறாமல் இருக்க இயற்கையோடு இணையுங்கள்.

டென்ஷன், கவலை மிகுந்த இன்றைய பரபரப்பான வாழ்க்கைச் சூழலில், நாளொரு பிரச்னையும், பொழுதொரு வறட்சியும் உங்களை வாட்டி வதைத்துக்கொண்டுதான் இருக்கிறது. இதில் இருந்து நம்மை நாம் காத்துக்கொள்ள, நம் முன்னோர்கள் பொக்கிஷமாய் பாதுகாத்த இயற்கை அழகுப் பொருட்களைப் பயன்படுத்தி, ஜோராக வாழ்வில் ஜொலிக்கலாம். செலவும் இல்லை; பக்கவிளைவுகளும் இருக்காது.

கூந்தல் செழிப்புக்கும், சருமப் பொலிவுக்கும் மட்டும் அல்லாமல், உச்சி தொடங்கி பாதம் வரையிலான உடல் பாகங்களை அழகாக்க, அருமையான அழகுக் குறிப்புகளைத் தந்திருக்கிறேன். உரிய வயதிலேயே இயற்கை அன்னையோடு இணைந்து காய்கறி, கீரை, பழங்கள், விதைகளை உட்கொண்டு, வெளிப்புறத் தோற்றத்துக்கான பலன்களையும் அறிந்து கொண்டால், இளமைப் பொலிவுடன் 'அழகுப் பெண்ணாக' வலம் வரலாம்.

அழகுக்கு அழகு சேர்க்கும் விதத்தில் இந்தத் தகவல்கள் அனைத்தும் 'அழகே... ஆரோக்கியமே...' என்ற தலைப்பில் 'அவள் விகடனி'ல் தொடராக வெளிவந்தபோது, வாசகிகள் தந்த வரவேற்பை நினைத்து நான் இன்றும் வியக்கிறேன். அந்த வரவேற்புதான் என்னை மேலும் பல்வேறு தகவல்களைத் திரட்டுவதற்கான ஆர்வத்தைத் தூண்டியது.

என் குறிப்புகளில் பதிந்திருந்த ஆழமான அழகு ரகசியங்களை மிகுந்த அக்கறையுடன் எழுத்தில் எடுத்து எழுதிய 'அவள் விகடன்' தலைமை உதவி ஆசிரியர் என் பாசத்துக்குரிய சகோதரி ரேவதி அவர்களுக்கு என் உளமார்ந்த நன்றி.

என் எழுத்துகளுக்கு தகுந்த வடிவம் கொடுத்து, அழகுக் குறிப்புகளை பழகும் தமிழில் நூலாக அச்சடித்து வெளியிடும் விகடன் பிரசுர குழுமத்துக்கும் என் சிரம் தாழ்ந்த நன்றிகளைத் தெரிவித்துக் கொள்கிறேன்.

அழகுடன் பழகி அனைவரும் மிளிர, என் வாழ்த்துகள்!

அன்புடன்,

– ராஜம் முரளி

உள்ளே...

இந்த நூல்...

இயற்கையோடு என்னை சீராட்டி வளர்த்த
என் அருமை தாய் - தந்தை
மரகதலட்சுமி - முகாமி ஸ்ரீனிவாசனுக்கு...

1

தாமரை முகம்... இயற்கையின் வரம்!

பார்லரில் செய்யப்படும் ஃபேஷியல், ப்ளீச்சிங் முதலியவை முகத்தை முன்னைவிட பொலிவாக்குகின்றன என்பது உண்மை. என்றாலும், செயற்கையாக செய்யப்படும் இத்தகைய அலங்காரங்கள், சிலருக்கு அலர்ஜியை ஏற்படுத்திவிடக்கூடும் என்பதும் உண்மை!

ஃபேஷியலில் ஹெர்பல், ஃப்ரூட்ஸ், ஆலுவேரா, குக்கும்பர், பேர்ல், கோல்டு என்று வித்தியாசமான ஃபேஷியல் வகைகள் பார்லர்களில் செய்யப் படுகின்றன. இதற்காக அவர்கள் பயன்படுத்தும் பொருட்களில் இருக்கும் கெமிக்கல்கள், சென்சிடிவ் ஸ்கின், அலர்ஜி, முகப்பருக்கள் இருப்பவர்களுக்கு பக்க விளைவுகளை ஏற்படுத்தக்கூடும்.

ப்ளீச்சிங்.... முகத்தில் உள்ள தேவையற்ற முடிகளை மறைப்பதற்குதான் செய்யப்படுகிறதே

தவிர, முகத்துக்கு அல்ல என்பதை முதலில் தெரிந்துகொள்ள வேண்டும். கன்னம், தாடை, உதட்டின் மேல் பகுதியில் உள்ள முடிகள், ப்ளீச்சிங் செய்துகொள்வதால் பொன்னிறமாக மாறி, முகம் தகதகக்கும் என்பதுதான் ப்ளீச்சிங்கின் பலன். கூடவே, ப்ளீச்சிங் செய்யும்போது கண்களை மூடிவிட்டு செய்வதால், கண்களைச் சுற்றி கருமையாகவும், மற்ற இடங்களில் கலராகவும் தெரியும். அதுமட்டுமல்ல... 'ப்ளீச்' செய்த நான்கு, ஐந்து நாட்களுக்குத்தான் புதுப்பொலிவெல்லாம். அதன்பிறகு, பழையபடி மாறிவிடும்.

இந்த ஃபேஷியல், ப்ளீச் சமாச்சாரங்கள் எல்லாம் இல்லாமலேயே வீட்டில் உள்ள உருளைக்கிழங்கு, எலுமிச்சை, வாழைப்பழம், பால், வெள்ளரியைப் பயன்படுத்தி முகத்தை நிரந்தரமாக பளிச்சிட வைக்கலாம். இதற்கு தினமும் ஐந்து நிமிடம் செலவழித்தால் போதும்.

⅄ அரை டீஸ்பூன் எலுமிச்சைச் சாறு, இரண்டு டீஸ்பூன் உருளைக்கிழங்கு சாறுடன், ஒரு டீஸ்பூன் கடலை மாவை சேர்த்து முகத்தில் பூசி, 15 நிமிடம் கழித்து மிதமான சுடுநீரில் கழுவுங்கள்.

⅄ இரண்டு டீஸ்பூன் பார்லி பவுடருடன் அரை டீஸ்பூன் முல்தானிமட்டி, ஒரு டீஸ்பூன் பாதாம் ஆயில் கலந்து முகத்தில் பூசி 20 நிமிடம் கழித்து மிதமான சுடுநீரில் கழுவுங்கள்.

⅄ ஆரஞ்சு மற்றும் எலுமிச்சைச் சாறை தலா இரண்டு டீஸ்பூன் எடுத்து, கெட்டியான தயிர் விட்டு பேஸ்ட்டாக்கி, முகத்தில் பூசி காய்ந்தபின் கழுவுங்கள்.

இந்த மூன்று முறைகளையும் ஒன்று மாற்றி ஒன்று செய்து கொள்ளும்போது, எந்தப் பக்கவிளைவுகளும் இல்லாமல், அன்றலர்ந்த தாமரையாக என்றைக்கும் உங்கள் முகம் ஜொலித்துக்கொண்டே இருக்கும்!

மேலும் சில செய்முறைகள்:

⚔ முகத்தை மென்மையான சோப் கொண்டு சுத்தம் செய்யவும். ஒரு டவலை சுத்தமான வெந்நீரில் நனைத்து பிழிந்து, முகத்தில் ஒற்றி எடுக்கவும். பின்னர் குளிர்ந்த நீரில் வேறு ஒரு டவலை நனைத்து பிழிந்து முகத்தை ஒற்றி எடுக்கவும். இதுபோல் மாற்றி, மாற்றி மூன்று முறை செய்யவும். இது அடைப்பட்ட துவாரங்களை சுத்தம் செய்வதோடு, பெரிய Pores-ஐ சுருங்கச் செய்யும். இதனால் முகம் நன்றாக deep cleaning செய்யப்படுகிறது. இதேபோல் வாரம் இரு முறை செய்யும்போது எண்ணைப்பசை, பிம்பிள்ஸ் எதுவும் இல்லாமல் முகம் மென்மையாக இருக்கும்.

⚔ கனிந்த ஆப்பிள் துண்டுகளை தோல் நீக்கி நன்கு அரைத்து விழுதாக்கவும். அதை அப்படியே முகத்தில் போட்டு 10 நிமிடங்கள் ஊறவிட்டு, பின்னர் குளிர்ந்த நீரில் முகத்தை சுத்தம் செய்யவும். இது, இழந்தப் பொலிவை மீண்டும் கொடுக்கும். எண்ணைப் பசையால் உண்டான வடுக்கள் மறையும்.

குளிர்ந்த நீரில் ரோஸ் வாட்டரை கலந்து முகத்தைக் கழுவினால், நல்ல வாசனையுடன் மிளிரலாம். மேலும், வியர்வை வராமல் தடுக்கவும் செய்யலாம். வெயில் காலங்களில் தினமும் இவ்வாறு செய்தால் சருமம் வெயிலின் தாக்கத்திலிருந்து விடுபட்டு குளிர்ச்சியாக இருக்கும்.

2

புருவங்கள் ஜாக்கிரதை!

‘பியூட்டி பார்லர் பக்கமெல்லாம் நான் போறதே இல்லப்பா...’ என்று சொல்லும் பெண்கள்கூட, கூந்தலுக்கு அடுத்தபடியாக எப்போதும் ஆர்வம் காட்டுவது புருவங்களின் மீதுதான். இதற்கு டீன் ஏஜ்... மிடில் ஏஜ்... ஓல்டு ஏஜ்... என்று எந்த ஏஜும் விதிவிலக்கல்ல!

டீன் ஏஜ் காலத்தில், ஹார்மோன் மாற்றம் காரணமாக புருவங்களில் புசுபுசுவென காடுபோல் முடி வளர்வது இயற்கையே. ஆனால், ‘அழகாக இல்லையே’ என்று அதன் மீது கை வைக்க ஆரம்பித்து விடுகிறோம்.

அந்த வகையில், புருவங்களை த்ரெட்டிங் செய்யும்போது மிக மிக எச்சரிக்கையாக இருக்க வேண்டியது அவசியம் - குறிப்பாக டீன் ஏஜ் பெண்கள். அந்த வயதில், இயற்கைக்கு முரணாக

உடம்பில் நாம் செய்யும் மாற்றங்கள்... பூமராங் ஆகி, வேறுவிதமான சிக்கல்களுக்கு நிரந்தர விதை போட்டுவிடும்!

'த்ரெட்டிங்' என்பதை செய்ய ஆரம்பித்தால், அதன் பிறகு முடிகள் கம்பிபோல் திக்காக வளர ஆரம்பித்துவிடும். அதுமட்டுமல்ல... ஒரு தடவை த்ரெட்டிங் செய்தால், தொடர்ந்து செய்துகொண்டே இருக்க வேண்டும். இல்லையென்றால்... புருவங்களில் இருக்கும் முடிகளுடைய வளர்ச்சி தாறுமாறாக மாறி, முக அழகையே கெடுத்துவிடும். மழிக்கப்பட்ட இடங்களில் முடிக்கால்கள் தோன்றி... நம் முகத்தையே விகாரமாகக் காட்டி பயமுறுத்தும்.

புருவத்தில் முடி குறைவாகவும் மெல்லியதாகவும் இருந்தால், விளக்கெண்ணை வைத்து தினமும் இரண்டு வேளை நன்றாக புருவத்தை நீவி விடவும். இதன் மூலம் பலவீனமான புருவம் பலமான/அடர்த்தியான புருவமாக மாறிவிடும். அதன்பின் சீராக்கி வடிவமைத்தால், கண்களின் அழகையும் முக அழகையும் அது அதிகரிக்கும்.

இரவில், புருவத்தின் மேல் Cold Cream தடவிக்கொண்டு படுக்கவும். இது, A/C. Room-ல் இருப்பதால் ஏற்படும் வறட்சியைப் போக்கும். எந்த ஒரு காரணத்துக்காகவும் சருமம் வறட்சி அடையாமல் பார்த்துக்கொள்வது அவசியம். பச்சைக் காய்கறிகள், கீரைகள், பால், தயிர், மோர் போன்றவை அன்றாட உணவில் தவறாமல் சேர்த்துக்கொள்ள வேண்டும்.

'எல்லாம் சரி! ஆனா, த்ரெட்டிங் செய்யாம இருக்க முடியலையே...!' எனப்பவர்களுக்கு... இதோ சில டிப்ஸ்கள்!

✦ த்ரெட்டிங் போகும் முன்பாக கண்களைச் சுற்றி எண்ணெய் தடவிக்கொள்ள வேண்டும். பிறகு கழுவிவிட்டு, த்ரெட்டிங் செய்தால்... புருவம் வில் போன்ற அழகான வடிவத்துக்கு மாறிவிடும்.

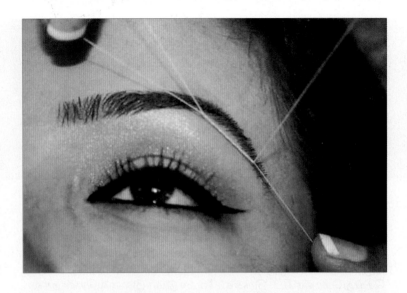

த்ரெட்டிங் செய்து கொள்ளும்போது தசையெல்லாம் சுருங்கக் கூடாது என்பதற்காக கண்களை கையால் அழுத்திக் கொண்டுதான் செய்வார்கள். முதன்முறையாக செய்து கொள்பவர்களுக்கு எரிச்சலுடன் வலியும் வீக்கமும் உண்டாகும். இந்த வீக்கம் ஓரிரு நாட்களுக்கு நீடிக்கும். வீக்கத்தைப் போக்க, ஒரு நாள் வைட்டமின்-ஈ ஆயில், மறுநாள் பாதாம் ஆயில், இன்னொரு நாள் வெண்ணெய், தேங்காய் எண்ணெய், ஆயில் க்ரீம் என மாறி மாறி பூசினால் வீக்கம் மறையும். அத்துடன், கண்களும் அழகாகத் தோற்றமளிக்கும்.

⅄ சில பெண்களுக்கு இரு புருவத்துக்கும் இடையே முடி சேர்ந்து 'கூட்டுப் புருவம்' என்பதாக இருக்கும். பொட்டு வைத்தால்கூட அழகாகத் தெரியாது. இந்தக் கூட்டுப் புருவ முடிகளை அகற்ற... கஸ்தூரி மஞ்சள்தூள், கிழங்கு மஞ்சள்தூள், கடலை மாவு ஆகியவற்றை தலா ஒரு டீஸ்பூன் எடுத்து, பாலில் கலந்து பேஸ்ட் ஆக்குங்கள். இதை மூக்கின் நுனி பகுதியில் இருந்து புருவம் வரை 'திக்'காக பூசி, அரை மணி நேரம் கழித்து மெல்லிய காட்டன் துணியால் ஒற்றி எடுங்கள். இப்படித் தொடர்ந்து செய்து வரும்போது அந்த இடத்தில் முடிகள் உதிர்ந்து, முகம் பளிச்சிடும்.

3

உடலும் உதடும் சிறக்கட்டுமே!

'அவளுக்கு சிரிச்ச முகம்' என்று பெருமையாகப் பேசக் கேட்டிருப்பீர்கள். அதற்குக் காரணம்... உதடுகளின் வசீகரம், அதனுள் பொதிந்து கிடக்கும் பற்களின் 'பளிச்' வெண்மை ஆகியவைதான். அத்தகைய பெருமைக்குக் காரணமான உதட்டை பேணிக் காக்க வேண்டாமா?!

ரோஜா இதழ்கள் போன்ற வடிவத்தில் அமைந்திருக்கும் உதடுகளில் கருமை, பிளவு, ஓரங்களில் புண், ரத்தக்கசிவு என்று அவ்வப்போது ஏதாவது ஒன்று ஏற்பட்டு, நம்மை வருத்தப்பட வைத்துவிடும். இதற்கு முக்கிய காரணமே... சுற்றுச் சூழல்தான். காற்றிலுள்ள ரசாயன புகை மற்றும் தூசுக்கள் காரணமாக, உதடுகளில் உள்ள ஈரப்பசை முற்றிலும் காணாமல் போய்விடும்.

சிலருக்கு உதட்டை அடிக்கடிக் கடிப்பதும், நாக்கினால் ஈரப்படுத்திக்கொள்வதும்

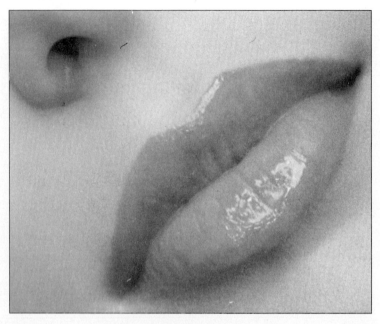

ஒரு பழக்கமாகவே இருக்கும். இது மிகவும் ஆபத்தான பழக்கமாகும். உதட்டின் மீது பற்கள் படும் இடத்தில் அதன் நிறமே மாறி, 'வெண் குஷ்டம்' ஏற்பட்டது போன்ற தோற்றத்தை ஏற்படுத்திவிடும். அதோடு, உதட்டுக்கே உரிய மிருதுத்தன்மையும் பறிபோய், வறண்டு விடும்.

இதில் இருந்தெல்லாம் தப்பிக்க, உதடுகளின் மீது தினமும் தனி கவனம் செலுத்துவது நல்லது. முக்கியமாக, உணவில் பால், தயிர், வெண்ணெயைச் சேர்த்துக்கொள்ள வேண்டும். உலர் திராட்சை சாறு, பீட்ரூட் சாறு, தேன்... இவற்றை தினமும் மாறி மாறி பஞ்சினால் தோய்த்து பூசுவதாலும், உதட்டின் வறட்சி நீங்கி, பளபளப்பும் நல்ல கலரும் தோன்றும்.

⅄ வைட்டமின்-பி சத்துக் குறைவினால், வாயில் புண், உதடுகள் வெடித்துப்போதல், உதட்டின் இரு ஓரங்களிலும் வெள்ளைப் புண்கள் தோன்றுவது போன்ற உபாதைகள் ஏற்படும். இதற்கு, கசகசாவை வறுத்துப் பொடி செய்து, அதில் இரண்டு டீஸ்பூன் எடுத்து, 100 மில்லி பாலில் கலந்து தினமும் குடிக்கலாம். அல்லது கசகசாவை வெந்நீரில் ஊற வைத்து மறுநாள் அரைத்து, அந்தப் பாலை ஃப்ரிட்ஜில் குளிரவைத்து உதடுகளுக்குத் தடவி வந்தாலும் புண் ஆறிவிடும்.

⅄ மலச்சிக்கல் பிரச்னை இருந்தாலும், வயிற்றில் புண் ஏற்பட்டு, வாய், உதடுகளிலும் புண்கள் தோன்றி, முக அழகையே கெடுத்துவிடும். இதற்கு... இஞ்சி சாறு, தேன், உலர் திராட்சை சாறு இவற்றை தலா இரண்டு டீஸ்பூன் தினமும் சாப்பிட்டு வந்தால், வெடிப்பு, வறட்சி, புண்கள் எல்லாம் மறைந்துவிடும். உதடுகள் பஞ்சுபோல் மெத்தென அழகாக மாறும்.

⅄ உதட்டுப் புண்ணுக்கு, மருந்து மாத்திரைகளைவிட... வெண்ணெய், நெய், சப்போட்டா, ஆரஞ்சு, பசலைக்கீரை என்று சேர்த்துக்கொண்டாலே போதும். உடலும் உதடும் எப்போதுமே ஆரோக்கியமாக இருக்கும்.

⅄ ஒரு டீஸ்பூன் ஆலிவ் ஆயிலை அரை டீஸ்பூன் தேனுடன் கலந்து உதடுகளின் மேல், கீழ், உட்புறம் எல்லாவற்றிலும் நன்றாக பஞ்சால் ஒற்றி எடுக்கவும். அப்போது, உதட்டில் தோன்றும் வரிகள் மறைவதோடு சிறிய உதடு சற்று நீண்டும் காணப்படும்.

⅄ கடுகு எண்ணெயில் தோய்த்த பஞ்சை உதடுகளின் மேல் அப்படியே வைத்துவிட்டு 10 நிமிடத்துக்குப்பின் எடுக்கும்போது, உதடுகள் பிளவு மற்றும் நிறம் மாறி இருத்தல் மறையும். பளபளப்பையும் கொடுக்கும்.

4

தீர்க்கக்கூடியதுதான் தெற்றுப்பல் பிரச்னை!

இரவை உடைக்கும் சிறு மின்னல் கீற்று, புன்னகை! ஆம், ஆயிரத்தெட்டு அலங்காரங்களை விடவும் ஒரு புன்னகையே, பெண்ணை அழகாக்கிவிடும். அந்தப் புன்னகையின் பொலிவை மேலும் கூட்டுவது, பற்களின் ஆரோக்கியம்தான். அதற்கான பாதுகாப்பு முறை, பராமரிப்பு முறை, பொலிவுக்கான டிப்ஸ்கள் இங்கே...

⅄ குழந்தைகள் சாக்லேட் சாப்பிட்டதும், வாயைக் கொப்பளிக்க பழக்க வேண்டியது முக்கியம். இல்லாவிட்டால் அவை பல் இடுக்குகளில் தங்கிவிட, பல் சொத்தை, ஈறு பிரச்னைகள் ஏற்படலாம். எனவே, சிறியவர்கள், பெரியவர்கள் யாராக இருந்தாலும், எது சாப்பிட்டாலும், உடனே 'மௌத் வாஷ்' செய்யத் தவறினால், வாய் துர்நாற்றம், பற்களில் பழுப்பு

ஏறுவதுடன், இள வயதிலேயே பல் செட்டை நாட வேண்டிய நிலை ஏற்படலாம்.

⅄ குழந்தைகள் பல் துலக்கும்போது விரலால் பற்களுக்கு அழுத்தம் கொடுத்து தேய்க்க வேண்டும். அப்போதுதான் பற்கள் ஈறுடன் நன்றாக பதிந்து, ஒரே சீராக வளரும். பின்னாளில், ‘அய்யோ... தெற்றுப்பல்’ என்று சொல்லிக்கொண்டு க்ளிப் போடும் நிலை ஏற்படாது.

⅄ இரண்டு வேளை பல் துலக்க வேண்டும். காலையில் பிரெஷ்ஷால் தேய்த்தால், இரவு கையால் தேய்க்க பழகிக் கொள்ளலாம். ‘ஆலும் வேலும் பல்லுக்கு உறுதி’ என்று கேள்விப்பட்டிருப்பீர்கள். அவையெல்லாம் இயற்கையே நமக்காகக் கொடுத்திருக்கும் பிரெஷ். கருவேலங்குச்சி, வேப்பங்குச்சி, ஆலமரக்குச்சி போன்றவையெல்லாம் கிடைத்தால், சேகரித்து வைத்துக்கொள்ளலாம். நேரம் கிடைக்கும்போதெல்லாம் அதைக் கடித்துக்கொண்டே இருக்கலாம். இதனால், பல் உறுதியாவதுடன், ஈறுகளில் கிருமி தொற்று வராமல் இருக்கும்.

⅄ அரை கப் பேக்கிங் சோடாவுடன், இரண்டு டீஸ்பூன் உப்பு கலந்துகொள்ளுங்கள். கை அல்லது பிரெஷ்ஷில் இந்தப் பொடியைத் தொட்டு பல் துலக்குங்கள். பற்களின் கறையை நீக்குவதோடு வாய்ப்புண் வராமலும் தடுக்கும் ஆற்றல் இதற்கு உண்டு.

⅄ மேற்சொன்ன அதே அளவுடன் இரண்டு டீஸ்பூன் சர்க்கரை, லவங்கத்தூள் சேர்த்து கலந்து பல் தேய்த்தால் பற்கூச்சம் போகும். லவங்கம், சொத்தை ஏற்படாமல் பாதுகாப்பதுடன் வலி, ஈறுவீக்கத்தை எளிதில் குணமாக்கும்.

⅄ புதினா இலை சாறுடன், கற்றாழை ஜெல்லை தண்ணீரில் கலந்துகொள்ளுங்கள். இந்த நீரால் வாயைக் கொப்பளித்து வந்தால், பல் இடுக்குகளில் தங்கும் உணவு துணுக்குகள் வெளியேறுவதுடன் பற்கறை நீங்கி 'பளிச்' என்றாகும்.

⅄ ஒரு கப் சர்க்கரை, நான்கு டீஸ்பூன் கல் உப்புடன், தலா ஒரு டீஸ்பூன் பச்சை கற்பூரமும், ஜாதிக்காய்த் தூளும் சேர்த்து பொடித்துக் கொள்ளுங்கள். இரவு தூங்கப் போகும்போது இந்தப் பொடியைக் கொண்டு பல் தேய்த்து வந்தால், வாய் துர்நாற்றம் தூரப்போவதுடன் சுவாசமும் புத்துணர்வு பெறும்!

⅄ வேப்பங்குச்சி, வேப்பிலை இவற்றை கொதிக்கும் நீரில் போட்டு மூடி வைக்கவும். காலையில் அந்த வேப்பம் தண்ணீருடன் சிறிது உப்பு, சர்க்கரை இரண்டையும் கலந்து பல் துலக்கினால், பற்களில் ஏதாவது ரத்தக்கசிவு மற்றும் ஈறுகளில் வீக்கம் இருந்தால் அவற்றைக் கட்டுப்படுத்தும்.

⅄ ஒரு டீஸ்பூன் தேன், அரை டீஸ்பூன் பேக்கிங் சோடா இவை இரண்டையும் கலந்தப் பசையை பிரஷ் கொண்டு பற்களின் உட்புறம் மற்றும் கடவாய்ப்பல், பின்னர் மொத்தமாக மேல் வரிசை கீழ் வரிசை என எல்லாவற்றையும் நன்கு தேய்த்து, வெது வெதுப்பான நீரால் கொப்பளிக்கவும். இது, நாள் படிந்த மற்றும் உட்புறம் உள்ள கறைகளைப் போக்கும். மொத்தத்தில், பற்களுக்கான வெண்மை நிறத்தைக் கொடுக்கும். வாரத்தில் மூன்று முறை இவ்வாறு செய்யும்போது பற்கள் காவி நிறம் மாறி பளிச்சென்று இருக்கும். பளபளப்பையும் கொடுக்கும்.

தவிர்க்க வேண்டியவை:

பற்களில் உணவுப்பொருட்கள் மாட்டிக்கொண்டால் அதை குண்டூசி, சேஃப்டி பின் கொண்டு குத்தி எடுக்கக்கூடாது. இவ்வாறு செய்யும்போது இரண்டு பற்களுக்கும் இடையில் மிகுந்த இடைவெளி ஏற்பட்டு பல்வரிசை பாதிக்கப்படும்.

மிருதுத்தன்மை இல்லாத பிரஷால் வெகு நேரம் பற்களை மிகவும் அழுத்தி அழுத்தி தேய்க்கக்கூடாது. இதனால் பற்கள் எனாமல் இழந்து, பல் கூச ஆரம்பிக்கும். மேலும், பற்கள் வெண்மை நிறம் இழந்து, மஞ்சள் நிறமாக மாறிவிடும்.

5

ஆப்பிள் கன்னங்கள் அழகு கெடாமலிருக்க..!

முகத்தின் அழகை இன்னும் அழகாக்குவது... செழுமையான கன்னங்கள்! ஆப்பிள்போல கன்னங்கள் இருந்துவிட்டால், அப்சரஸ்தான் நீங்கள்! ஆனால் சிலருக்கு, அந்தத் தளதள கன்னங்களே கவலைத் தருவதாக அமைந்துவிடும்.

ஆம்... சிலரின் பருத்த கன்னங்கள், அவர்களை இன்னும் பருமனாகக் காட்டலாம். இன்னும் சிலருக்கு, அடிக்கடி பார்லரில் ஃபேஷியல், ப்ளீச்சிங் என்று செய்துகொள்வதால் தோலின் இறுகும் தன்மை தளர்ந்து, அவர்களின் தக்காளி கன்னங்கள் தொய்வடைய வாய்ப்பு இருக்கிறது.

"இந்தக் குண்டு கன்னத்தால முகம் ரொம்பக் குண்டா தெரியுது..." என்று அலுத்துக்கொள்பவர்கள் ஏராளம். இவர்கள், தன் கன்னங்களின் பருமனைக் குறைக்கவும், அதேசமயம் அவற்றின் பொலிவு

போகாமல் காக்கவும் இங்கு உள்ள அழகுக் குறிப்புகளை கவனமாக பின்பற்றினால், கன்னம் பற்றிய கவலை இனி உங்களுக்கு இல்லை.

⅄ தினமும் காலையில் கேரட் - தக்காளி ஜூஸ் குடிப்பதை வழக்கமாக்கிக் கொள்ளலாம்.

⅄ பார்லி பவுடருடன் கேரட் சாறு கலந்து வாரம் இரு முறை கன்னம், முகத்தில் தடவி கழுவலாம்.

⅄ பார்லி பவுடர் அல்லது கேரட் சாறுடன் கால் டீஸ்பூன் முல்தானிமட்டி பவுடரைச் சேர்த்து வாரம் ஒரு முறை முகத்தில் பூசலாம். தொடர்ந்து இதைச் செய்துவந்தால் முகத்திலிருந்து தனித்துத் தெரியாமல் உப்பிய கன்னங்கள் உள்வாங்குவதுடன், பளபளப்பு மற்றும் பொலிவு முகத்தில் கூடும்.

வயது ஏறும் காரணத்தினாலோ, ப்ளீச்சிங், ஃபேஷியல்கள் தந்த பரிசாலோ... கன்னங்களில் சதை இளகித் தொங்குகிறதா... அதை மீண்டும் 'ஸ்டிஃப்' ஆக்க...

⅄ சர்க்கரை, வெள்ளரி விதை... இவை இரண்டையும் சம அளவு எடுத்து அரைத்துக் கொள்ளுங்கள். அந்தப் பொடியில் ஒரு டீஸ்பூன் எடுத்து, அதனுடன் ஒரு சிட்டிகை மஞ்சள்தூள் கலந்து கன்னம், முகத்தில் ஒரே சீராகப் பூசுங்கள்.

⅄ 50 மில்லி தேங்காய் எண்ணெயை நன்றாகக் காய்ச்சி... அதில் 25 கிராம் கஸ்தூரி மஞ்சள்தூள், 10 கிராம் விரலி மஞ்சள்தூள், சிறு துண்டுகளாக நறுக்கிய வெட்டிவேர் 10 சேர்த்து மூடிவிடுங்கள். இந்தத் தைலத்தை தினமும் குளிப்பதற்கு முன், கன்னங்களில் மேலிருந்து கீழாக தேய்த்து மசாஜ் செய்வதால், வறண்டு தொய்ந்த தோலில் எண்ணெய்ப் பசை ஏறி, கன்னத்தின் சதை இறுகும்.

⅄ சிலருக்கு தலையில் நீர் கோத்துக்கொண்டாலும், கன்னமும் முகமும் பெரிதாகக் காட்டும். இதற்கு கறிவேப்பிலை ஜூஸ், வாழைத்தண்டு, முள்ளங்கி இவற்றை வேகவைத்த தண்ணீர் போன்றவற்றை அருந்துவது அருமருந்து. அவை முகத்தில் உள்ள நீரை வற்றச்செய்து, முகத்துக்கு சீரான வடிவம் கொடுக்கும்!

கன்னக் கதுப்பு...
ஆலிவ் ஆயில் பொறுப்பு!

'**தொ**ய்வடைந்த கன்னங்களை இறுக வைக்க, டிப்ஸ் சொன்னது ஓ.கே! ஒட்டிப்போன கன்னம் உப்புவதற்கு...?' என்று காத்திருக்கும் உள்ளங்களுக்கான சில குறிப்புகள்...

⚑ தினமும் குளிப்பதற்கு முன்பு ஒரு டீஸ்பூன் வெண்ணெயுடன் சிறிது சர்க்கரை கலந்து கன்னங்களில் தேய்த்து வாருங்கள். ஒட்டிய கன்னங்கள் உப்ப ஆரம்பிக்கும்.

⚑ ஆப்பிளை நறுக்கி அரைத்து, கன்னப் பகுதியிலிருந்து காது வரை அப்பி, தினமும் 'பேஷியல் ஸ்ட்ரோக்' கொடுத்து வந்தால், ஒரே வாரத்தில் அழகான கன்னம் வந்துவிடும்.

⚑ ஆலிவ் ஆயிலை பயன்படுத்தி சமைத்துச் சாப்பிடுவது கன்னக் கதுப்பை பொலிவாகக் காட்டும்.

⚑ நல்லெண்ணெய் (அ) தேன் ஒரு டீஸ்பூன் எடுத்து, வாயில் போட்டுக் கொப்பளிப்பது, ஒட்டிய கன்னம் உள்ளவர்களுக்கான பயிற்சி.

⚑ தோலுக்குத் தேவையான எண்ணெய்ப் பசை இல்லாதபோது, கன்னப்பகுதியும் வறண்டு, சுருங்கி சப்பிப்போய் காணப்படும். தினமும் பாதாம் பருப்பு, பிஸ்தா பருப்பு, சாரைப் பருப்பு, முந்திரிப் பருப்பு என, இவற்றை தலா ஒன்று எடுத்து வெந்நீரில் ஊறவைத்து, அதில் ஒரு பருப்பை மட்டும் அரைத்து முகத்தில் பூசிவிட்டு, மீதி மூன்று பருப்பையும் சாப்பிட்டு வரவும். தோலில் எண்ணெய்ப் பசை சுரப்பதற்கு இந்தப் பருப்பு வகைகள் உதவும். இதனால் முகச் சுருக்கங்கள் மறைவதுடன், ஒடுங்கிய தாடைப் பகுதியில் சதைப் போட்டு தங்கம்போல் மின்னும் கன்னம்.

⚑ மூன்று ஆப்பிள் துண்டுகள், மூன்று கேரட் துண்டுகளை துருவி ஜூஸ் எடுத்து, இதனுடன் அரை மூடி எலுமிச்சை சாறு கலந்து தினமும் காலையில் குடித்து வந்தால், கன்னத்தில் சதை போட்டு... கலர், பளபளப்புக் கூடும்.

⚑ ஒரு டீஸ்பூன் தேனுடன், அரைத்த பப்பாளி விழுது ஒரு டீஸ்பூன் சேர்த்து கலந்து, பத்து நிமிடம் பேக் போட்டு 'வாஷ்' பண்ணுங்கள். தேன், சருமத்தின் சுருக்கங்களைப் போக்கி, கன்னத்தை பளபளப்பாக்கும்.

⚑ ஒரு கப் பாலில், ஒரு டீஸ்பூன் வெண்ணெய், ஒரு டீஸ்பூன் தேன், இரண்டு துண்டு சீஸ், ஒரு டேபிள்ஸ்பூன் ஓட்ஸ் சேர்த்து கலந்து தினமும் காலையில் சாப்பிடுவதுடன், ஒரு கப் ஆரஞ்சு (அ) ஆப்பிள் ஜூஸ் குடித்து வந்தாலே போதும்... சதைப் பிடிப்புடன் அழகான கன்னம் எழும்.

⚑ முகத்துக்கு மஞ்சள்தூள் போடுவதைத் தவிர்ப்பது நல்லது. அது சருமத்தை வறட்சியாக்கி, கன்னங்களைப் பொலிவிழக்கச் செய்துவிடும்.

⅄ அன்றாட உணவில் பால், சீஸ் மற்றும் நீர்ச்சத்தான ஆகாரங்களை உண்ணாததும், கன்னம் ஒட்டிப்போவதற்கு ஒரு காரணம். இதனால், சருமம் வறண்டு, உதடுகளும் வெடிப்புக்கு உள்ளாகும்.

தினமும் உணவில் நட்ஸ், டிரை ஃப்ரூட்ஸ், நிறைய தண்ணீர் சேர்த்துக்கொண்டால் ஃப்ரெஷ் கன்னம் கிடைக்கும்!

'எல்லாம் சூப்பர்! இதற்கான டிப்ஸ் ஏதாவது... ப்ளீஸ்...' என்பவர்களுக்கு...

பால் - 1 டீஸ்பூன்

வெண்ணை - 1 டீஸ்பூன்

பார்லித்தூள் - 2 டீஸ்பூன்

சிறிய கிண்ணம் ஒன்றில் இவை மூன்றையும் நுரை வருமாறு நன்கு அடித்துக் கலக்கவும். அப்போது கிடைக்கும் க்ரீமை, முகம், கழுத்து, கண்களைச் சுற்றி... என எல்லாப் பகுதிகளிலும் பூசவும். அரை மணி நேரம் கழித்து, வெது வெதுப்பான நீரில் சுத்தம் செய்யவும். பிறகு பாருங்கள், கன்னம் வெண்மைப் பொலிவுடன், முகம் மினுமினுப்புடன் பிரகாசிப்பதை.

6

மூக்கும் முழியுமாக ஜொலிக்கணுமா?!

'**மூ**க்கும் முழியுமா..!' என்பார்கள். ஆம்... முகத்துக்கு அழகு மூக்கு. குழந்தைப் பிறந்த 60 நாட்களுக்குள் மூக்கை நீவிவிட்டே அதை எடுப்பான வடிவத்துக்கு கொண்டுவர முடியும்.

குழந்தையைக் குளிப்பாட்டும்போது பேபி ஆயில் அல்லது நல்லெண்ணெய் தடவி, இதைச் சாதிக்கலாம்.

சரி... இனி மூக்கைப் பராமரிப்பது பற்றிப் பார்ப்போம்.

டீன் ஏஜினருக்கு முகத்தில் பருக்கள் தோன்றுவதுடன், மூக்கைச் சுற்றி வெள்ளை, கறுப்பு நிறத்தில் (White heads, Black heads) பூஞ்சணம் பூத்த மாதிரி வரும். இதிலிருந்து மூக்கை மீட்க சில டிப்ஸ்...

⋏ வாரம் ஒரு முறை நீராவி பிடிக்க வேண்டும். பிறகு, இரண்டு ஜாதிக்காய், இரண்டு மாசிக்காயுடன், ஒரு சிட்டிகை பச்சைக் கற்பூரத்தை சேர்த்து ரவைபோல் அரைத்து, நன்றாகத் தேய்த்துக் கழுவலாம்.

⋏ தோலுடன் அரைத்த தக்காளி விழுது இரண்டு டீஸ்பூன், பார்லி பவுடர் ஒரு டீஸ்பூன்... இரண்டையும் கலந்து, மூக்கைச் சுற்றி வாரம் இருமுறை தேய்த்துக் கழுவுங்கள்.

29

⅄ ஜாதிக்காய், மாசிக்காய், தக்காளி ஆகியவை... மூக்கிலுள்ள பெரிய துளைகளை மறைத்து, சருமத்தை சுருக்கும். பச்சைக் கற்பூரம், பார்லி பவுடர் ஆகியவை வெள்ளை, கறுப்பு பூஞ்சையைப் போக்கும்.

⅄ மூக்கின் மேல் பரு வந்தால் மறைய நாளாகும். வந்த இடத்திலேயே நான்கைந்து முறை திரும்பத் திரும்ப வந்தால்... மூக்கில் தழும்பு ஏற்படும். இதற்கு, ஒரு டீஸ்பூன் பால் பவுடருடன், அரை டீஸ்பூன் உருளைக்கிழங்கு ஜூஸ் கலந்து... மூக்கின் மேலிருந்து கீழாக அப்பி, அரை மணி நேரம் அப்படியே வைத்திருந்து கழுவுங்கள். தினமும் இப்படி செய்துவர மூக்கின் மேல் இருந்த பருக்களின் தடம், அடியோடு மறைந்துவிடும்.

⅄ கண்ணாடி அணிபவர்களுக்கு மூக்கின் ஓரங்களில் கோடு போல் வந்து, கலரும் மாறியிருக்கும். தினமும் குளிக்கச் செல்வதற்கு 10 நிமிடங்களுக்கு முன், மூக்கைச் சுற்றி பாதாம் ஆயிலைத் தடவுங்கள். கோடு மறைந்து, இயற்கையான நிறத்துக்கே தோல் மாறிவிடும்.

⅄ டீன் ஏஜ் பெண்களுக்கு, மூக்கைச் சுற்றி சொரசொரப்பாக, சிறு முற்கள் முளைத்ததுபோல காணப்படும். இது, ஹார்மோன் மாற்றங்களால் ஏற்படும் இம்சை. ஐஸ்கட்டிகளை மெல்லிய மஸ்லின் துணியில் வைத்து, ஐந்து நிமிடம் முகத்தில் ஒத்தடம் கொடுங்கள். பிறகு, மிதமான வெந்நீரில் காட்டன் துணியைத் தோய்த்துப் பிழிந்து, முகத்தில் ஒத்தி எடுங்கள். முள் போன்று சொரசொரப்பாக இருந்த இடம் மழுமழுவென்று ஆகிவிடும்.

⅄ ஆண்களுக்கு மூக்கின் நுனியில் பருக்கள் வந்து அவற்றை கைகளால் அழுத்துவதால் அவை மிகவும் பெரியதாகி மூக்கின் வடிவமே மாறிவிடும். மூக்கின் மேலும் மூக்கைச் சுற்றியும் எண்ணைப்பசை அதிகமாகும்போது முதலில் white heads, black heads என்று தோன்ற ஆரம்பிக்கிறது. கிளிசிரின் சோப் கொண்டு முகத்தை சுத்தம் செய்யும்போது மூக்கையும் நன்கு சுத்தம் செய்ய வேண்டும். காட்டன் பஞ்சைக் கொண்டு வெந்நீரால் ஒத்தி எடுக்கும்போது அவை வெளியே வந்துவிடும்.

வெண்சங்கு கழுத்து...
வெந்தயக்கீரை சாய்ஸ்!

'**சங்**கு போன்ற கழுத்து...' என்பார்கள் உவமைக்கு! பராமரிப்பு, உடல் எடை, வயோதிகம் இவற்றின் அடையாளம் முதலில் கழுத்தில்தான் பிரதிபலிக்கும். ஆனால், பல பெண்கள் அந்தக் கழுத்துக்கான முக்கியத்துவத்தை தராமல் விடுவதால்... கழுத்தில் கருமை தட்டுவது, மடிப்புகள் விழுவது, முரடு தட்டிப்போவது என சீக்கிரத்திலேயே வயோதிக தோற்றத்தைப் பெற்றுவிடுகிறார்கள்.

சரி... இதற்கு என்ன செய்யலாம்?!

✦ பியூட்டி பார்லரில் முகத்துக்கு மட்டும் ஃபேஷியல் செய்யும்போது நாளடைவில் கழுத்துப் பகுதி தொய்ந்து, சுருக்கம் விழுந்து, வயதைக் கூட்டிக்காட்டும். எனவே, முதலில் கழுத்துக்கு ஃபேஷியல் ஸ்ட்ரோக் தந்த பிறகு, முகத்துக்கு ஃபேஷியல் செய்து கொள்ளுங்கள்.

⅄ குட்டையான கழுத்து இருப்பவர்கள், கழுத்தை சரியாகப் பராமரிக்காமல் விட்டால், கயிறு கட்டியதுபோல் மடிப்புகள் தோன்றி, பின் கழுத்தில் கறுப்பு வரிகள் ஏற்படும். இதற்கு, பாதாம் எண்ணெயையும் தேங்காய் எண்ணெயையும் சம அளவு கலந்து வைத்துக் கொள்ளுங்கள். இந்த எண்ணெயை சிறிது எடுத்து, லேசாக சுடவைத்து, கழுத்தில் தடவி, தினமும் மேலிருந்து கீழாக விரல்களால் தேய்த்துக் குளிக்க வேண்டும். இப்படிச் செய்யும்போது, கழுத்தின் இறுக்கம் குறைந்து, மடிப்பு மறைந்துவிடும். கருமையும் மாறும்.

⅄ தினமும் காலையில் எழுந்ததும், கழுத்தை மேலும், கீழும், பக்கவாட்டிலும் திருப்பி எக்ஸர்சைஸ் செய்வதால், தசைகள் தளர்வாகி, தோல் தொய்ந்துவிடாமல் பாதுகாக்கப்படும்.

⅄ கழுத்தில் அணிந்திருக்கும் மஞ்சள் சரடை மாற்றாமல், நாட்கணக்கில் போட்டிருந்தால் கழுத்துப் பகுதி முரடு தட்டி, கருமை படர்ந்துவிடும். சிலருக்கு நகைகளும் ஒவ்வாமல் போகலாம். இதற்கு, ஒரு டீஸ்பூன் சர்க்கரை பவுடர், ஒரு டீஸ்பூன் வெண்ணெய், கால் டீஸ்பூன் பச்சைக் கற்பூர பவுடர் மூன்றையும் கலந்து... பின் கழுத்து, முன் கழுத்து, தோள்பட்டை வரை தினமும் தேய்த்துக் குளியுங்கள். கருமை மறைந்து தோலும் மிருதுவாகும்.

⅄ சாப்பாட்டில் வெந்தயக்கீரையை அதிகம் சேர்த்துக் கொள்வதோடு, அந்தக் கீரையை அரைத்து கழுத்தில் பூசி வர, வெண்சங்கு போல் ஜொலிக்கும் உங்கள் கழுத்து.

⅄ குட்டையான கழுத்து இருப்பவர்கள், கழுத்தை ஒட்டி நெக்லஸ், சோக்கர்ஸ் அணிவதைவிட, நீளமான செயின் அல்லது மணிகளை அணிவது, கழுத்தை இன்னும் எடுப்பாகக் காட்டும்.

தலை முடி மற்றும் சருமப் புத்துணர்ச்சிக்கு சில வழிகள்...

தேங்காய் எண்ணெய் - 1 கப்

மலர்ந்த மகிழம் பூ, செண்பகப் பூ - 1 கப்

இவற்றை தேங்காய் எண்ணெயில் போட்டு நன்கு காய்ச்சவும். அதுவே திரவத் தைலமாக மாறியவுடன் அதை ஆற வைத்து வடிகட்டவும். பின்பு, லேசாக சுடவைத்து உள்ளங்கால், பாதம், நகங்கள், கைகள், கழுத்துப் பகுதி... என உடல் முழுதும் நன்கு தேய்த்துக்கொள்ளவும். சூடு குறைவாக இருந்தால் மீண்டும் சிறிது தைலத்தை சூடு செய்து முகத்தில் மூக்கு, கண்களில் பூசி, முகமெங்கும் சிறிது Facial strokes கொடுத்து பரவலாக எண்ணையை தடவவும். பின்னர், மீதமுள்ள எண்ணையை தலைமுடியில் நன்கு மாலிஷ் செய்து சீவி விடும்போது, நுனிப்பிளவு இல்லாமல், முடி செழுமையாக வளரும்.

33

தைலம் தேய்த்து 10 நிமிடம் ஆனபின், வெது வெதுப்பான நீரில் உச்சி முதல் உள்ளங்கால் வரை பயத்தம் மாவு அல்லது மூலிகை சோப் கொண்டு குளிக்கவும். இதை தினசரி பழக்கத்தில் கொண்டு வந்தால் சருமம் உஷ்ணத்தினாலும், குளிர்ச்சியாலும் பாதிக்காமல் இருக்கும். நல்ல பளபளப்புடன் கூடிய பொலிவும் பெறலாம்.

பாதாம் ஆயில் - 1 கப்

மரிக்கொழுந்து - 1 கப்

மரிக்கொழுந்து இலைகளை மட்டும் ஒரு கப் எடுத்துக் கொள்ளவும். அதில் பாதாம் ஆயிலைக் கலந்து காய்ச்சி வடிகட்டவும். இந்த எண்ணையை தினமும் முதலில் தலையில் நன்கு தேய்த்து தலைமுடியை ஐந்து நிமிடம் சீவி தலைமுடியை நன்கு கட்டவும். பிறகு, முகம், கழுத்துப் பகுதிகளில் தைலத்தை பூசவும்.

தினமும் காலையில் இது போன்று செய்வதை பழக்கப் படுத்திக்கொள்ளவும். பின்னர், மீதமுள்ள தைலத்தை உடலெங்கும் பூசிக் குளித்துவிடவும். உச்சி முதல் உள்ளங்கால் வரை வெது வெதுப்பான நீரில் மூலிகை சோப் கொண்டு குளித்து வந்தால், தலை முடி மற்றும் சருமம் நன்கு புத்துணர்ச்சியுடனும் வாசனையுடனும் விளங்கும்.

8

முடி உதிர்தலுக்கு வெந்தயக்கீரை வைத்தியம்!

முடி உதிர்தல், வழுக்கை, பொடுகு, நரை... இவை எல்லாம்தான் இன்றைக்கு 'தலை'யாய பிரச்னைகளாக இருக்கின்றன. இவற்றிலிருந்து நம்முடைய தலையை பக்கவிளைவுகள் இல்லாமல் பாதுகாப்பதற்கு, பாரம்பரியமாக வழக்கத்தில் இருந்து வரும் அழகு சிகிச்சை முறைகள்தான் அற்புதமான தீர்வு. அவற்றையெல்லாம் அலசி ஆராய்வோமா..!

முடி உதிர்தல்:

பொதுவாக நாள் ஒன்றுக்கு 50 முதல் 100 முடிகள் உதிரும். ஆனால், அதே அளவு முடி வளரவும் செய்யும். 'முடி கொட்டுகிறதே' என்று தலையை சீவாமல் இருந்தால், முடி வளர்ச்சி முற்றிலும் நின்றுவிடும். எலிவால் கூந்தல்கூட இல்லாமல் போய்விடும் ஜாக்கிரதை.

பிறந்த குழந்தைக்கு முடி மிகவும் மெல்லியதாக இருக்கும். அது வளர வளர அந்த முடியும் உதிர்ந்து அடர்த்தியாக வளரத் தொடங்கும். வயது அதிகரிப்புக் காரணமாகவும், உடல் ரீதியிலான மாற்றங்கள் நேரும்போதும் முடி வளர்ச்சி குறைந்துவிடும். இது நபருக்கு நபர் வித்தியாசப்படும். ஹைபர்தைராய்டு நோயால் பாதிக்கப்பட்டவர்கள், தோலில் வியாதியுள்ளவர்கள் ஆகியோருக்குக் கண்டிப்பாக முடி கொட்டும்.

காயம்பட்டு தழும்பாகிப்போன இடங்களில் முடி முளைக்காது. பேன், பொடுகு, செதில், புழுவெட்டு, டென்ஷன், மனஅழுத்தம், குடும்பப் பிரச்னை, உடல் நலக்குறைவு, கீமோதெரபி, ரேடியேஷன் மற்றும் மருந்து மாத்திரைகளை உட்கொள்வது போன்ற காரணங்களால் முடி கொட்டும்.

கூந்தலுக்கு ஷாம்பு, ஹேர் டிரையர், கெமிக்கல் ஹேர் டை பயன்படுத்துவதாலும் பெர்மிங், முடியை நேராக்குதல், அயர்னிங், ப்ளீச்சிங், கலரிங் செய்து கொள்வதாலும் தலைமுடி உதிர்வதுடன், இளம் வயதிலேயே முடி நரைத்து வயோதிகத் தோற்றத்தை ஏற்படுத்திவிடும்.

வழுக்கை:

பொதுவாக ஆண்களுக்குத்தான் வழுக்கை விழும். பெண்களுக்கு முடி நீளமாக இருப்பதால், வழுக்கை விழுவது தடுக்கப்படுகிறது. அதேசமயம், முடி மெல்லியதாகி வலுவிழந்து போய்விடும். ஆணுக்கு இணையாக தலைமுடியை 'பாப்' செய்து கொள்வதாலும் வழுக்கை வர வாய்ப்புகள் இருக்கின்றன. சிலருக்கு, முன் நெற்றியில் வழுக்கை விழும். பரம்பரையில் யாருக்கேனும் வழுக்கை இருந்தால், அவர்களின் சந்ததிக்கும் வழுக்கை ஏற்படும். ஷவரில் குளிக்கும்போது வேகமாக தலையில் தண்ணீர் விழுந்து தெறிப்பதாலும், வழுக்கை விழும்.

பொடுகு:

தலையின் மண்டை ஓட்டு பகுதி வறண்டு, எண்ணெய்ப் பசை இல்லாமல் போகும்போது, பொடுகு பெருகிவிடும். சுத்தமின்மை, மாதக்கணக்கில் தலைக்கு குளிக்காமல் இருப்பது, தரமற்ற ஷாம்பூ உபயோகிப்பது போன்ற காரணங்களால் பொடுகு வரலாம். வீட்டில் யாராவது ஒருவருக்கு இருந்தாலும், அடுத்தவருக்கு ஈஸியாக தொற்றிக்கொள்ளும். இதன் காரணமாக தோல்கூட பாதிப்படையும். கூந்தல் வளர்ச்சிக்கும் தடை விழும். எல்லாவற்றுக்கும் மேலாக... பொடுகு வந்துவிட்டது என்று தெரிந்தாலே... ஈறும் பேனும் எங்கிருந்தாவது ஓடோடி வந்து தலையில் சிம்மாசனமிட்டு அமர்ந்துவிடும்.

முடி வளர்ச்சி...

⅄ முடியானது, பதினைந்து முதல் இருபத்தைந்து வயதுக்குள்தான் இயல்பான வளர்ச்சி வேகத்தில் இருக்கும். அதற்குப் பிறகு, வேகம் குறைந்துவிடும். அதேபோல டீன்-ஏஜ் பருவத்தில்தான் முடி உதிர்தல் அதிகமாக இருக்கும். எனவே, இந்தக் காலகட்டங்களில்தான் முடி பராமரிப்பில் நாம் அதிக அக்கறை எடுத்துக்கொள்ள வேண்டும்.

நகர்ப்புறங்களில்தான் என்றில்லை... கிராமப்புற இளம் பெண்கள்கூட இப்போது தலைக்கு எண்ணெய் வைக்காமல், தலை முடியை விரித்துப் போட்டுக் கொள்வதையே 'ஃபேஷன்' என்று நினைக்கிறார்கள். இது, முடி வளர்ச்சிக்கு முற்றிலும் பாதிப்பை ஏற்படுத்திவிடும்.

தினமும் தலையில் எண்ணெய் தடவி நன்றாக வாரி, நுனி வரை பின்னல் போட்டு ரிப்பன் கட்டிக்கொள்வதால் முடி ஒரே சீராக வளர ஆரம்பிக்கும். 'முடி கொட்டிவிடுமோ' என்று சரியாக வாராமல் விட்டால், முடி வலுவிழந்து வளர்ச்சி தடைபடும். தலைமுடியை எப்போதும் நுனி வரை வார வேண்டும். தலையில் வகிடு எடுக்காமல் இருந்தால் முன்புற வழுக்கை விழவும், முடி கொட்டவும் ஆரம்பிக்கும். வகிடு எடுத்து வாருவதால் முடியின் வளர்ச்சி தடைபடாது என்பது அறிவியல்பூர்வமாக நிரூபிக்கப்பட்ட உண்மை.

⅄ தேவையற்ற டென்ஷன்களை மனதில் ஏற்றிக்கொள்ளாமல், எப்போதும் இயல்பாக இருப்பதும் முடி உதிர்வதைத் தடுக்க உதவும். மலைபோல பிரச்னையையும் மடு அளவாக கருதினாலே போதும். பாடல்களைக் கேட்பது, தியானப் பயிற்சி போன்றவை இதற்குக் கை கொடுக்கும்.

⅄ தினம் ஏதாவது ஒரு கீரையை உணவில் சேர்த்துக் கொள்ளலாம். குறிப்பாக, வெந்தயக்கீரை நல்லது. துவையலாகவோ அல்லது சாம்பார், ரசம் இவற்றில் சேர்த்தோ சாப்பிடலாம்.

இதே கீரையை, ஒரு கப் நல்லெண்ணெயில் போட்டுக் காய்ச்சி, அதைத் தலையில் தேய்த்துச் சீயக்காய்ப் போட்டு அலசுங்கள். தலை சூப்பர் சுத்தமாகி, முடி வளர ஆரம்பிக்கும்.

⅄ அசிடிட்டி காரணமாக முடி கொட்டுவதோடு மட்டுமல்லாமல், முகத்தில் பருக்களும் வர ஆரம்பிக்கும். இந்தப் பிரச்னையை, வெந்தயக்கீரையை சாப்பிடுவதன் மூலம் போக்க முடியும். ரத்தம் சுத்திகரிக்கப்பட்டு, முடி நன்றாக வளரத் துவங்கும். சிலருக்கு வெந்தயக்கீரை என்றாலே பிடிக்காது. அவர்கள், உருளைக்கிழங்குடன் சேர்த்துச் சாப்பிடலாம்.

✎ டீன்-ஏஜில் ஈஸ்ட்ரோஜன் சுரப்பதால் தலையில் அதிகமாக எண்ணெய் சுரந்து, அடிக்கடி வியர்த்து வழியும். இதனால் தலையில் பிசுக்கு ஏற்பட்டு முடி வளர்வது தடைபடும். வாரம் ஒரு முறை தலைக்கு குளிக்கும்போது, கடைசியாக வெட்டிவேர் தண்ணீரை தலைக்கு விட்டுக் கொள்ளலாம் (முதல் நாள் இரவே ஒரு லிட்டர் தண்ணீரில் வெட்டிவேரை துண்டாக்கி போட்டு வைத்து, காலையில் பயன்படுத்தலாம்). தலையும் சுத்தமாகி, கூந்தலும் நறுமணம் வீசுவதோடு, வளர்ச்சியும் நன்றாக இருக்கும்.

✎ 'உடம்பைக் குறைக்கிறேன்' என்று சிலர் சரிவர சாப்பிடாமல் இருப்பார்கள். அத்தகையோருக்கும் முடி கொத்துக் கொத்தாக உதிர்வதற்கு வாய்ப்புகள் உண்டு. ஒரு முட்டையின் வெள்ளைக் கருவை எடுத்துக்கொண்டு, அதை ஆம்லெட்டுக்கு தயாரிப்பது போல நன்றாக அடித்து, அதில் அரை மூடி எலுமிச்சம் பழச்சாறை பிழிந்து, சீயக்காயுடன் கலந்து தலையில் தேயுங்கள். 15 நிமிடம் கழித்துக் குளியுங்கள். முடி பளபளப்பாவதோடு, கொட்டிய இடத்தில் முடி நன்றாக வளரும்.

✎ முடியை சுருள்சுருளாகச் (பெர்மிங்) செய்து கொள்வதில் சிலருக்கு ஈடுபாடு இருக்கும். இப்படிச் செய்யும்போது, முடியின் வேர்ப்பகுதியும் சேர்த்து சுருட்டப்படுவதால், மண்டைப் பகுதி பாதிக்கப்பட்டு அநியாயத்துக்கு முடிகொட்ட வாய்ப்பு இருக்கிறது. எனவே, முடியை சுருள் செய்வதை முடிந்த வரைத் தவிர்க்கலாம். தேவைப்பட்டால், கூந்தலின் பின்பகுதியில் மட்டும் செய்து கொள்ளுங்கள்.

பேன், பொடுகு நீங்க...

✎ வாரம் இருமுறை எண்ணெய் தேய்த்துக் குளிப்பதால் முடி சுத்தமாக இருக்கும். இதனால், பேன், பொடுகு அண்டாது. எண்ணெய் தடவாத தலைமுடி வறண்டு போகும்போது, அடுத்தவர்களிடம் பேன் இருந்தால் அது நம் தலையில் தொற்றிக் கொண்டுவிடும். தலையில் எண்ணெய் தேய்த்து சீப்பால் வாரும்போதே பேன் தலையில் தங்காமல் வெளியே வந்துவிடும். அதேபோல சுருட்டையான முடியில் பேன்கள் வந்தால் சீக்கிரத்தில் போகாது. தினமும் எண்ணெய் தடவி சீப்பால் படிய வாரிக் கொண்டால், பேன் தொல்லை இருக்காது. அவசர கதியில் எண்ணெய் தடவாமல் விட்டாலும் பேன் இரண்டு மடங்காகப் பெருகிவிடும்.

✎ நல்லெண்ணெயில் நான்கு மிளகு, அரை டீஸ்பூன் வெந்தயத்தைப் போட்டு இளம் சூடாகக் காய்ச்சுங்கள். இந்த எண்ணெயை நன்றாகத் தடவி தலையைச் சீப்பால் வாருங்கள்.

பிறகு சீயக்காயுடன், சிறிது வெந்தயம், வேப்பந்தளிர் சேர்த்து தலையை அலசுங்கள். பொடுகு, பேன், அரிப்பு எல்லாமே மாயமாய் மறைந்துவிடும். கசப்புக்கே பேன் அண்டாது. முடியும் அடர்த்தியாக வளர ஆரம்பிக்கும்.

பள்ளிக்குச் செல்லும் குழந்தைகளுக்கு தலையில் பேன் அண்டாமல் பார்த்துக்கொள்வது மிக முக்கியம். இந்த வயதில் ஏற்படக்கூடிய பேன் தொல்லைக்கு, பேன் போக்கும் தைலத்தை நன்கு தலையில் தேய்த்து, நன்கு சீவி அரை மணி நேரம் ஊறவிட வேண்டும். பின்னர், கடலை மாவு இரண்டு டீஸ்பூனுடன் ஒரு டீஸ்பூன் சீயக்காய்த்தூள் கலந்து, தலையை அலச வேண்டும். வாரம் இரு முறை இவ்வாறு செய்வது நல்லது. பேன் தொற்றி இருந்தால் உடனே அவை வெளியே வந்துவிடும்.

கடையில் விற்கும் கெமிக்கல் கலந்த ஷாம்புவைப் பயன்படுத்தி தலையை அலசுவதால், பேன் மேலும் பெருகி காது, கழுத்து ஓரங்களில் ஈறு ஒட்டிக்கொள்ளும். அப்போது தலையை சொரிந்துகொண்டே இருப்பதால் தலையில் புண் ஏற்பட்டுவிடும்.

மேலும், பேனும் ஈறும் சுலபமாக மற்றவருக்கும் தொற்றிக்கொள்ளும். தலைமுடியைச் சுத்தமாக வைத்திருப்பதை அந்த வயதிலிருந்தே குழந்தைகளுக்குக் கற்றுக்கொடுப்பது மிகவும் அவசியமாகும்.

ஆலிவ் ஆயில் தயாரித்து, அதை வாரம் 3 முறை சிறிது சூடாக்கி பஞ்சின் மூலம் கழுத்துப் பகுதி தொடங்கி தேய்த்து வரவும். அப்போது பஞ்சில் ஈறு ஒட்டிக்கொள்ளும். அதை அப்படியே கீழே ஒரு பேப்பரை வைத்து அதில் போட்டுவிடவும். இதேபோல் 6 பகுதிகளாகப் பிரித்து செய்ய வேண்டும்.

பின்னர், பேன் சீப்பின் மூலம் எண்ணையுடன் இருக்கும் தலைமுடியை நன்கு வாரிவிட வேண்டும். பேன் எல்லாம் கீழே விழுந்துவிடும். பின்னர், நல்ல சீயக்காய்த்தூள் கொண்டு தலைமுடியைத் தேய்த்து வெது வெதுப்பான நீரில் அலசவும்.

பேன்களைப் போக்கும் தைலம்:

நல்லெண்ணெய் - 1/2 கிலோ

வெந்தயம் (ஒன்றிரண்டாக பொடி செய்தது) - 50 கிராம்

வேப்பம் பழம் (அரைத்த விழுதாக) - 50 கிராம்

மிளகு (ஒன்றிரண்டாக பொடி செய்தது) - 25 கிராம்

ரோஜா இதழ் - 1 கப்

செய்முறை:

நன்கு காய்ச்சிய நல்லெண்ணெயில், மற்ற பொருட்களைப் போட்டு (தீயாமல்) ஒரே சீரான தீயில் வைத்து காய்ச்சி அப்படியே வைத்துவிடவும். மறுநாள், ஒரு பாட்டிலில் ஊற்றி வைத்துக்கொள்ளவும். இந்த எண்ணையை வாரம் இரு முறை தேய்த்து நன்கு தலைவாரி, அரை மணி நேரம் ஊறவிட்டு பின்பு தலையைச் சீயக்காயால் அலசவும். இது, ஈறு, அரிப்பு மற்றும் பொடுகு எல்லாவற்றுக்கும் உகந்தது.

41

நரையை விரட்ட....

⅄ அடிக்கடி தலைமுடியை கட் பண்ண பியூட்டி பார்லர் போகிறவர்கள், சொந்தமாக ஒரு கத்தரிக்கோலை எடுத்துச் செல்வது நல்லது. 'டை' போட்டவர்களுக்கு பயன்படுத்திய கத்தரிக்கோலை நமக்கு பயன்படுத்தினாலும் முடி நரைக்க ஆரம்பித்துவிடும்.

⅄ இருபத்தைந்து வயதினருக்கும் இளநரை வரலாம். ஒரு கப் கறிவேப்பிலையுடன், ஒரு கப் நல்லெண்ணெய் கலந்து காய்ச்சி வாரம் ஒரு முறை இளம்சூடாக தலையில் தேய்த்து சீயக்காய்ப் போட்டு அலசிவர, இளநரை இருந்த இடம் தெரியாது. கறிவேப்பிலையை அரைத்துச் சாறு எடுத்து, மோரில் கரைத்துக் குடிப்பதாலும் இரும்புச்சத்து கிடைத்துவிடும். முடி உதிர்தல் மற்றும் இளநரைக்கும் இதன் மூலம் தீர்வு கிடைக்கும்.

கூந்தலைக் காக்கும் கீரை தைலம்!

தலைமுடியானது, திடீரென ஏதோ ஒரு காரணத்தால் கருமை குறைந்து போகக்கூடும். இளநரைகூட எட்டிப் பார்க்கலாம். இதுபோன்ற சந்தர்ப்பங்களில் உங்களுக்குக் கைகொடுக்கிறது வெட்டிவேர் தைலம். இது முடியின் வளர்ச்சியைத் தூண்டுவதோடு, கருகருவெனவும் பராமரித்து, உங்கள் இளமையைத் துள்ள வைக்கும்.

வெட்டிவேர் (சிறு சிறு துண்டுகளாக) - 1 கப்

ஜாதிக்காய் - 10

இவை இரண்டையும் முந்தைய நாள் இரவே காய்ச்சிய பசும்பாலில் ஊற வைத்துவிடுங்கள். மறுநாள் விழுதாக அரைத்து, இரண்டு கப் தேங்காய் எண்ணெயில் போட்டு, நன்றாக ஓசை வரும்வரை காய்ச்சி இறக்கினால் வெட்டிவேர் தைலம் தயார்.

பிறகு, அரை மூடி தேங்காயைத் துருவி, அரைத்து அடுப்பில் வைத்து எண்ணெய் பிரியும் வரை காய்ச்சி வடிகட்டி, இதை வெட்டிவேர் தைலத்துடன் சேருங்கள். இந்தத் தைலத்தை தினமும் தலைக்குத் தேய்த்துக் கொள்ளலாம்.

தலையில் வியர்வையின் காரணமாக சுரக்கும் அதீத எண்ணெய் உறிஞ்சப்படுவதற்கு வெட்டிவேர் துணை புரியும். முடியின் வளர்ச்சியை ஜாதிக்காய் பார்த்துக்கொள்ளும். முடி சீக்கிரமாக வளர வைக்கும் வேலையைப் பசும்பால் எடுத்துக்கொள்ளும். கருகருவென கூந்தலின் நிறத்தைப் பராமரிப்பது... தேங்காயின் வேலை.

'மூக்குனு இருந்தா... சளி இருக்கத்தான் செய்யும்' என்பார்கள். அதுபோல கூந்தல் என்றாலே... உதிராமல் இருப்பது என்பது அபூர்வம். கூந்தல் உதிர்வதற்கு பல காரணங்கள் உண்டு. அதேசமயம், அதைத் தடுத்து நிறுத்தவும் பல வழிகள் உண்டு என்பதுதான் சந்தோஷமான சமாசாரம். அதில் ஒன்று... கீரை தைலம்!

அரைக்கீரை, பொன்னாங்கண்ணிக் கீரை, கறிவேப்பிலை, கற்பூரவல்லி, வெந்தயக்கீரை இந்த ஐந்து இலைகளையும் தலா ஒரு கப் எடுத்து, அரைத்துக் கொள்ளவும். இந்த விழுதை ஒரு கப் தேங்காய் எண்ணெயில் போட்டு பச்சை நிறம் மாறாமல் காய்ச்சி இறக்கிவிடுங்கள்.

இதை ஒரு பாட்டிலில் சேமித்து ஒரு நாள் வைத்திருந்தால்... தெளிந்துவிடும். தெளிந்த எண்ணெயைத் தனியாகப் பிரித்து சேமியுங்கள். அதை வாரத்தில் இரண்டு நாட்கள் தலையில் தேய்த்து, சீயக்காய் போட்டு அலசினால்... கூந்தல் உதிர்வது நின்றுவிடும். அது எந்தக் காரணத்தினால் உதிர்ந்தாலும் தடுத்து நிறுத்த வேண்டிய வேலையை இந்தக் கீரைத் தைலம் பார்த்துக்கொள்ளும்.

சரியாகச் சாப்பிடாமல் ரத்த சோகையால் முடிகொட்டுகிறது என்றால்... அதை அரைக்கீரை நிவர்த்தி செய்துவிடும். இந்தத் தைலத்தில் சேர்க்கப்பட்டிருக்கும் கறிவேப்பிலை... இளநரைக்கு தடா போடும். உடல் உஷ்ணத்தால் முடி கொட்டிக் கொண்டிருந்தால் அதை தடுத்து நிறுத்தும் வேலையை பொன்னாங்கண்ணி பார்த்துக் கொள்ளும்.

பொடுகு அரிப்பினால் முடி வளர்வது தடைபட்டால், வெந்தயக்கீரை அதை நிவர்த்தி செய்வதோடு... மிருதுவாகவும் மாற்றி வைக்கும். உணவுப் பழக்கத்தாலும் முடி உதிர்வதுண்டு... இதன் காரணமாக முடி உதிராமல்... கட்டுக்குள் கொண்டுவர கற்பூர வல்லி உதவும்.

தலைமுடியை நன்கு வளரச் செய்வதற்கான குற்றால குளியல்:

எண்ணெய்ப்பசை அதிகமாக இருப்பதால் வாரம் இரு முறை கண்டிப்பாக தலையை நன்கு சுத்தம் செய்ய வேண்டும். இதற்கு தேவையானவை:

கடலைப் பருப்பு - 1/2 கிலோ

பூலாங்கிழங்கு - 100 கிராம்

வெட்டி வேர் - 25 கிராம்

வெந்தயம் - 50 கிராம்

செய்முறை:

இவற்றை நன்கு அரைத்துக்கொண்டு, சலித்து வைத்துக்கொள்வது அவசியம். இந்தத் தூளில் இரண்டு அல்லது மூன்று டீஸ்பூன் அளவுக்கு எடுத்து சூடான நல்ல தண்ணீரில் கரைத்து, தலைமுடியை நன்கு அலசவும். இது, வேர்க்கால்களில் உள்ள அழுக்கு, எண்ணைப் பசையை அகற்றி தலையை நன்கு சுத்தம் செய்வதோடு, வியர்வை நாற்றத்தையும் போக்கி நல்ல வாசனையைக் கொடுக்கும்.

தலைமுடியின் வறண்ட தன்மையைப் போக்கிட:

கருந்துளசிச் சாறு - இரண்டு டீஸ்பூன்

வேப்பந்தளிர் அரைத்த சாறு - ஒரு டீஸ்பூன்

எலுமிச்சைச் சாறு - ஒரு டீஸ்பூன்

செய்முறை:

இவற்றுடன் சீயக்காய்த்தூள் மூன்று டீஸ்பூன் கலந்து விழுதாக வைத்துக்கொள்ளவும். இந்த விழுதுடன் சூடான ஆலிவ் ஆயில் சேர்த்து, தலையில் நன்கு மசாஜ் செய்யவும். 10 நிமிடங்கள் ஆனபின் தேய்த்து குளிக்கவும். இது, தலைமுடிக்கு நல்ல பளபளப்பைக் கொடுக்கும்.

வேப்பஞ்சாறு, கொழுப்புச்சத்தை உறிஞ்சும். எலுமிச்சைச் சாறு, துளசிச் சாறு போன்றவை மண்டைப் பகுதியை நல்ல கண்டிஷன் செய்து வறண்ட தன்மையைப் போக்கி தலையில் அரிப்பு, பொடுகு போன்றவற்றைத் தடுக்கும்.

முடியைப் பிளக்கும் ஏ.சி...
சேர்த்து வைக்கும் கடுக்காய்!

நன்றாக முடி வளர ஆரம்பிக்கும் காலம் என்பதே டீன்-ஏஜ் பருவத்தில்தான். அதேபோல... அதிகமாக முடி உதிர ஆரம்பிப்பதும் இந்தப் பருவத்தில்தான். சத்தான உணவு, சரியான கூந்தல் பராமரிப்பு என்று அக்கறையோடு இல்லாவிட்டால், ஆறடி கூந்தல்கூட அரையடிக்கும் குறைவாக வந்து நின்றுவிடும்.

⅄ கறிவேப்பிலையைத் துவையலாகவோ பொடியாகவோ உணவில் சேர்ப்பதன் மூலம், இரும்புச்சத்து உடலில் சேர்ந்து, முடியை வலுவாக்கும். 'எந்த உணவில் கறிவேப்பிலை இருந்தாலும், தூக்கி வீசாமல் சாப்பிடுவேன்' என்று முதலில் ஒரு சபதம் போடுங்கள்!

⋏ வாரத்துக்கு ஒரு முறை, ஒரு பிடி கறிவேப்பிலையை அரைத்து சாறு எடுத்துக்கொள்ளுங்கள். அதனுடன் சீயக்காய், ஒரு டீஸ்பூன் தேங்காய் எண்ணெய் கலந்து தலையில் தேய்த்து, சிறிது நேரம் ஊற வைத்து அலசும்போது, கூந்தல் கருகருவென வளர ஆரம்பிக்கும். முடி செம்பட்டையாக இருந்தாலும் கருமையாக்கி கண் சிமிட்ட வைத்திடும்.

⋏ முடி உதிர்வதை உடனடியாக கவனிக்காமல் விட்டால்... கடைசியில் தினம் தினம் 'திருப்பதி' போனதுபோல ஆகிவிடும் தலை! நல்ல முற்றிய தேங்காயின் துருவல் ஒரு கப் எடுத்து அரைத்து பால் எடுத்துக் கொள்ளுங்கள். அதை அடுப்பில் வைத்து மிதமான தீயில் காய்ச்சுங்கள். எண்ணெய் தனியாக பிரிந்து வரும். இதுதான் கலப்படம் இல்லாத சுத்தமான தேங்காய் எண்ணெய். இதைத் தினமும் தலைக்குத் தேய்த்து வந்தால், முடி உதிர்வது நின்று, வளர்ச்சியும் துரிதப்படும்.

⋏ இளவயதில் வரும் முடி கொட்டுதல், வழுக்கை, நரை போன்ற பாதிப்புகளிலிருந்து தப்பிக்க... 100 மில்லி தண்ணீரைக் கொதிக்க வைத்து, அதில் ஒரு கப் மருதாணி இலையைப் போட்டு அடுப்பை அணைத்துவிடுங்கள். 2 நெல்லிக்காய், 2 பூந்திக்கொட்டையை அரைத்து, மருதாணி தண்ணீரில் கலந்து, வாரம் ஒரு முறை தலைக்கு 'பேக்' போட்டு பதினைந்து நிமிடங்கள் கழித்து ஷாம்பூ (அ) சீயக்காயினால் அலசுங்கள்.

45

⅄ வாரத்துக்கு இரண்டு முறை சின்ன வெங்காயம் இரண்டுடன், தேங்காய் துண்டு இரண்டு சேர்த்து அரைத்து வழுக்கையின் மீது பூசுங்கள். பிறகு, கடலை மாவைத் தேய்த்து அலசினால், மீண்டும் முடி முளைக்க ஆரம்பிக்கும்.

⅄ 'ஸ்டெரெயிட்டனிங்' (முடியை நேராக்குதல்) செய்வதால் முடியானது ஆறே மாதத்தில் சுருங்கி, வலுவு இழந்துவிடக்கூடிய வாய்ப்பு இருக்கிறது. இதைத் தடுக்க, கொதிக்கும் டீ டிகாக்‌ஷனில் டர்க்கி டவலை நனைத்துப் பிழிந்து, தலை முழுவதும் ஒத்தடம் கொடுக்கலாம். ஏ.சி-யிலேயே இருப்பவர்களுக்கு கூந்தல் வறட்சி, நுனி முடி பிளவு போன்றவை ஏற்படும். ஓமம், சீரகம், உடைத்த கடுக்காய் தலா ஒரு டீஸ்பூன் எடுத்து விழுதாக அரைத்து அதனுடன் கடலை மாவு, பயத்த மாவு கலந்து தலைக்கு தேய்த்து அலசும்போது, இந்தப் பிரச்னைகள் தீரும்.

முடி உதிர்வை தடுத்து உறுதியாக்கும் ஒத்தட சிகிச்சை:

வேப்பந்தளிர் - 10

எலுமிச்சைச் சாறு - ஒரு டீஸ்பூன்

துளசி இலை - ஒரு பிடி

செய்முறை:

ஒரு பாத்திரத்தில் ஒரு லிட்டர் தண்ணீரைக் கொதிக்கவிடவும். அதில், மேலே உள்ள மூன்றையும் போட்டு இரண்டு நிமிடங்கள் கழித்துத் தண்ணீரை வடிகட்டவும். நல்ல அடர்ந்த துணி ஒன்றைத் தண்ணீரில் நனைத்துப் பிழிந்து, நன்றாக ஆயில் மசாஜ் செய்த தலையில் ஒத்தடம்போல் வைத்து எடுக்கவும். இது, முடி உதிர்வதைத் தடுப்பதோடு நல்ல வளர்ச்சியையும் தூண்டும். இதேபோல் வாரம் ஒரு முறை தொடர்ந்து 3 மாதங்களுக்கு செய்தால், முடி உதிர்வதைக் கட்டுப்படுத்தி நல்ல கரு கருவென்ற கூந்தல் வளரக்கூடும்.

நரைக்கு தடைபோடும் நெல்லி!

கர்ப்பகாலத்தில் எடுத்துக்கொள்ளும் சத்து மாத்திரைகளின் புண்ணியத்தால் பெண்களுக்கு சரசரவென வளரும் கூந்தல், பிரசவத்துக்குப் பிறகு கொட்ட ஆரம்பித்துவிடும்.

'அம்மாவோட முகத்தை குழந்தைப் பார்க்க ஆரம்பிச்சவுடனே, இப்படித்தான் அதிகமா முடி கொட்டும்...' என்றொரு காரணத்தைச் சொல்வார்கள். ஆனால், பாலூட்டும் தாய்மார்களுக்கு அந்த சமயத்தில் அதிகச் சத்து தேவைப்படும். அதை எடுத்துக்கொள்ளத்

தவறும்போது, சத்துக் குறைபாடு காரணமாக கூந்தல் உதிரும் என்பதே உண்மை.

எனவே, பிரசவத்துக்குப் பிறகு, ஆரோக்கியமான உணவுடன் கூந்தல் பராமரிப்பையும் மேற்கொண்டால்... நாற்பது வயதிலும் நரை விழாமல், முடி அதிகமாக உதிராமல் பாதுகாத்துக்கொள்ள முடியும்!

⅄ பீர்க்கங்காய், அவரைக்காய் போன்ற காய்கறிகள்... வேப்பம்பூ, சுண்டைக்காய், சுக்கங்காய், மணத்தக்காளிக்காய் போன்ற கசப்பு வகை வற்றல்கள்... வெந்தயம் போன்றவற்றை உணவில் சேர்த்துக் கொள்ளும்போது, பிரசவத்தால் வயிற்றில் ஏற்பட்ட புண்கள் ஆறுவதுடன், முடி வளர்ச்சிக்கும் பெரிதும் உதவும்.

⅄ தினமும் புழுங்கல் அரிசியுடன் சிறிது வெந்தயம் சேர்த்து கஞ்சியாக காய்ச்சிக் குடிப்பது உடல் ஆரோக்கியத்துக்கு நன்மை அளிக்கும். அது மட்டுமல்லாமல், வறண்ட தலைமுடியையும் பளபளப்பாக்கும்.

⅄ பழவகைகளும் கூந்தலுக்குப் பாதுகாப்பு கவசம்தான். மாதுளை, பப்பாளி, பால் மூன்றையும் மில்க் ஷேக் செய்து குடிக்கலாம். ஆப்பிள், கேரட், எலுமிச்சை சேர்த்துக் குடிப்பதுடன்... சப்போட்டா, தேங்காய்த் துருவல் கலந்து சாப்பிட்டு வருவதும் கூந்தல் மலர்ச்சிக்கும், நெடுநெடுவென்ற வளர்ச்சிக்கும் துணைபுரியும்.

⅄ ஒரு நாள் விட்டு ஒரு நாள் எண்ணெய் தேய்த்துக் குளிக்கும்போது கால் கப் நல்லெண்ணெயில் நாலு வேப்பந்தளிர், சிறிது ஓமம் சேர்த்துக் காய்ச்சி தலையில் தடவி, சீயக்காய் போட்டு அலசலாம். இதனால் உடம்பு குளிர்ச்சியாவதுடன் பேன், பொடுகுத் தொல்லையும் ஒழியும்.

⅄ பாலூட்டும் தாய்மார்கள், அலுவலகம் செல்பவர்களாக இருந்தால்... நேரம் கிடைப்பதே மிகவும் அபூர்வம்தான். இவர்கள் வாரம் ஒரு முறை இரண்டு டீஸ்பூன் நல்லெண்ணெய், ஒரு டீஸ்பூன் தேங்காய் எண்ணெய், விளக்கெண்ணெய், ஆலிவ் எண்ணெய் தலா அரை டீஸ்பூன், கடுகு எண்ணெய் கால் டீஸ்பூன் சேர்த்துக் கலந்து, தலையை நன்றாக மசாஜ் செய்து சீப்பினால் வார வேண்டும். பிறகு, சீயக்காயுடன், செம்பருத்தி இலையையும் அரைத்து அந்தச் சாறையும் சேர்த்து தலையை அலச வேண்டும்.

இதில் சேர்க்கப்பட்டுள்ள நல்லெண்ணெய், தலைக்குக் குளிர்ச்சி மற்றும் பளபளப்பைத் தரும். தேங்காய் எண்ணெய், முடி வளர்ச்சியைத் தூண்டும். விளக்கெண்ணெய், முடியை அடர்த்தி

ஆக்கும். ஆலிவ் எண்ணெய், கூந்தலை கருகருவென வளரச் செய்யும். கடுகு எண்ணெய், கூந்தலில் வறட்சி இல்லாமல் பராமரிக்கும். செம்பருத்தி, முடியை சூப்பராக சுத்தமாக்கிவிடும்.

✘ ஒரு நெல்லிக்காயில் உப்புத் தொட்டு சாப்பிட்டு (அ) நெல்லிக் காய் ஜூஸில் ஒரு டீஸ்பூன் சர்க்கரை, அரை டீஸ்பூன் எலுமிச்சைச் சாறு சேர்த்து தினமும் பருகி வந்தால், நரையை நீண்ட நாட்கள் வரை தள்ளிப்போடலாம்!

நரைக்கு விடை தரும் ஹென்னா:

மருதாணித்தூள் (ஹென்னா பவுடர்) - 2 டேபிள்ஸ்பூன்

தயிர் - 1 டீஸ்பூன்

வெந்தயத்தூள் - 1 டீஸ்பூன்

காபி பவுடர் - 1 டேபிள்ஸ்பூன்

புதினா சாறு - 2 டீஸ்பூன்

துளசிச் சாறு - 2 டீஸ்பூன்

செய்முறை:

இவை எல்லாவற்றையும் ஒன்றாகக் கலந்து ஒரு வாணலியில் மூடிவைக்கவும். இரண்டு மணி நேரம் கழித்து, தலையின் உச்சிப் பகுதியில் நன்கு படுமாறு இந்தப் பசையை ஐந்தாறு பகுதிகளாகப் பிரித்துப் போட்டுக்கொள்ளவும். மூன்று அல்லது நான்கு மணி நேரம் தலையில் ஊற வைத்து பிறகு அலசவும். இது, தலைமுடிக்கு நரையை நிறம் மாற்றுவதோடு முடியை நன்கு வளரவும் செய்யும். வாரம் ஒரு முறை இதைத் தொடர்ந்து செய்யும்போது, தலைமுடியில் நரை இருக்கும் இடங்களில் நல்ல டார்க் பிரவுன் நிறம் கிடைக்கும். இதில் இயற்கை மூலிகைகள் கலந்திருப்பதால் எந்தவிதமான பக்கவிளைவுகளும் ஏற்படாது.

பளபள கூந்தலுக்கு டீ போடுங்க!

'நாற்பது வயசாயிடுச்சு... கொஞ்சம் எச்சரிக்கையா இருந்துக்கோ..!' என்று எச்சரிக்கை மணி அடிப்பதற்காகவே அந்த வயதில் பலவித மாற்றங்கள் நம்முடைய உடலை ஆக்கிரமிக்கும். அதில் ஒன்று... அளவுக்கு அதிகமாக முடி உதிர்தல். தலையில் காணப்படும் வறட்சிதான் இதற்கு முக்கியக் காரணம். என்றாலும், அதைக் கொண்டுவந்து சேர்க்கும் மூலக்காரணிகள் நிறைய இருக்கின்றன.

முக்கியமாக, 'மெனோபாஸ்' என்பது இந்த வயதில் ஆரம்பமாவதால், டென்ஷன், உடல் சோர்வு, மன உளைச்சல் ஆகியவை ஏற்பட்டு, அதன் காரணமாகவும் தலைமுடி உதிரும்.

'நாற்பது வயதாகிவிட்டது. இனிமேல் உணவுக் கட்டுப்பாட்டை கடைப்பிடிக்க வேண்டும்' என்று ஆரோக்கியத்தில் அதீத அக்கறை எடுத்துக்கொள்ள ஆரம்பித்துவிடுவார்கள் பலரும். கொழுப்புச் சத்து நிறைந்த பால், தயிர் போன்றவற்றைத் தவிர்த்துவிடுவார்கள். இதனால், தோல் பாகங்களில் எண்ணெய்ப் பசை குறைந்து, ஒட்டுமொத்த உடம்பும் வறண்ட பாலைவனமாகிவிடும். இதுவும் முடி உதிரக் காரணமாக அமைந்துவிடும். தலையில் வகிடு எடுக்கும் பகுதி அகலமாகி, சொட்டை விழுந்ததுபோல் தெரியும். கோண வகிடு எடுத்தாலும் ஒரு பக்கமாக வழுக்கை விழும். அந்த இடத்தில் முடி வளர்வதற்கான அறிகுறியே இல்லாமல் போய்விடும். முடிகளின் நுனியில் பிளவு ஏற்பட்டு, வளர்ச்சியும் பாதிக்கும்.

இப்படிப்பட்ட சிக்கல்களில் இருந்து தப்பிக்க... அடிக்கடி வெறும் தலைக்கு குளிப்பதை முதலில் தவிர்க்க வேண்டும். அரை டீஸ்பூன் விளக்கெண்ணெயை சிறு கிண்ணத்தில் ஊற்றி, அதை அப்படியே கொதிக்கும் நீரின் மீது வைத்து எடுத்து, சூடு பறக்க தலையில் தேய்க்க வேண்டும். பிறகு, சுத்தமான சீப்பால் வார வேண்டும். தினமும் இப்படிச் செய்தால், வகிடு பகுதியில் அகலம் குறைந்து, நெருக்கமாக முடி வளர ஆரம்பிக்கும்.

முடியானது அதிகம் பிளவுபட்டு இருந்தால், 100 மில்லி தேங்காய் எண்ணெயில் சிறிது ஓமத்தைப் போட்டுக் காய்ச்சி, தலையில் நன்றாகத் தேய்க்கவும். பிறகு சீப்பால் வாரிக் கொள்ளலாம். ஓமம் சேர்ப்பது கூந்தலைப் பாதுகாப்பதோடு, சளி பிடிப்பதையும் தடுக்கும்.

சிலர், படுக்கையிலிருந்து எழும்போதெல்லாம் தலையணையில் கொத்துக் கொத்தாக முடிகள் விழுந்திருப்பதைக் காண்பர். தலையில் சீப்பை வைத்தாலோ... வேரோடு உதிரும். இப்படிப்பட்ட பிரச்னை உள்ளவர்கள், தினமும் இரவு தூங்கப் போவதற்குமுன் ஆலிவ் எண்ணெயை சிறிது எடுத்து தலையில் நன்றாக மசாஜ் செய்து, சீப்பால் வாரி, நுனி வரை பின்னல் போட்டுக்கொள்ள வேண்டும். இதனால், முடி உதிர்வது குறையும்.

வறட்சி காரணமாக முடியின் பளபளப்பும் குறைந்துவிடும். இதற்கு, வெந்நீரில் 3 டீஸ்பூன் வெந்தயத்தூள், 3 டீஸ்பூன் டீத்தூள், ஒரு டீஸ்பூன் தயிர்... இவை மூன்றையும் கலந்து தலைக்கு குளித்து வந்தால் 'போன மச்சான் திரும்பி வந்தான் பூ மணத்தோடு' என்கிற கதையாக மறுபடியும் உங்களின் கூந்தல் பளபளக்கும்!

வாசனையைக் கூட்டும் வர்ணஜால தைலம்:

தேங்காய் எண்ணெய் - 500 மில்லி

ரோஜாப் பூ இதழ் - 50 கிராம்

மரிக்கொழுந்து - 50 கிராம்

தவனம் - 50 கிராம்

வெட்டிவேர் - 50 கிராம்

செம்பருத்திப் பூ - 50 கிராம்

செய்முறை:

வெட்டிவேர், தவனம், மரிக்கொழுந்து இவற்றை சிறிது சிறியதாக நறுக்கிக்கொள்ளவும். மற்றப் பூக்களை, நன்றாக உலர்ந்த மெல்லிய துணியில் போட்டு சுத்தம் செய்து ஈரம் இல்லாமல் துடைத்து வைத்துக்கொள்ளவும். பின்னர் இவற்றை அப்படியே தேங்காய் எண்ணெயில் போட்டு காய்ச்சவும். இதை இரண்டு நாட்கள் வெயிலில் வைத்து, பின்னர் வடிகட்டி வைக்கவும். தினமும் இதனை தலையில் தேய்த்து தலைமுடியைத் தண்ணீர் விட்டு அலசும்போது, நல்ல பளபளப்புடன் கூடிய கருங்கூந்தல் வளரும். மேலும், வியர்வையைப் போக்கித் தலைமுடிக்கு நல்ல வாசனையையும் கொடுக்கும்.

முடி வறட்சியைப் போக்கும் கசகசா பால்!

பனிக்காலம்... உடலுக்கும் உள்ளத்துக்கும் ‘ஜில்’லென்று இருக்கும். ஆனால், கூந்தலின் ஆரோக்கியத்துக்கு ‘செக்’ வைக்கும் காலமும் இதுதான்! தலையில் படரும் பனி, குளிர்காற்று போன்றவை முடியைப் பாதிப்புள்ளாக்கும். எனவே, தலையின் மீது சீஸனுக்குத் தகுந்த கவனம் அவசியம். அதைச் செய்து வந்தால்... பனிக்காலத்திலும் உங்கள் கூந்தல் ‘பளபள’தான்!

⅄ ‘இந்த ஷாம்பூவை போடக்கூடாது... அந்த எண்ணெயைத் தேய்க்கக்கூடாது...’ என்பது போன்ற பியூட்டி பார்லர் கண்டிஷன்களில் சிக்கிக்கொள்வதைவிட, கைப்பக்குவம்தான் இந்த சீஸனில் கை கொடுக்கும்! கலரிங், ஸ்ட்ரெயிட்டனிங் என்றெல்லாம் மேலும் சிக்கலாக்கிக் கொள்ளாமல், கெமிக்கல்களை கூடுமான வரையில் தவிர்ப்பதுதான் கூந்தலைக் காப்பாற்றும்.

⅄ பொதுவாக குளிர்காலத்தில் முடி அதிகமாகவே வறண்டுபோகும் என்பதால், முடியில் எப்போதும் சிறிது எண்ணெய்ப் பசை

இருப்பதுபோல் பார்த்துக்கொள்ள வேண்டும். தினமும் 'ஷாம்பூ வாஷ்' செய்தீர்களென்றால்... கூந்தல் 'வாஷ் அவுட்' ஆகிவிடும்... ஜாக்கிரதை!

⅄ முடி, வறட்சி காரணமாக பொடுகுப் பிரச்னையும் அதிகமாகும். அந்தப் பொடுகானது தோள், கைகளில் எல்லாம் செதில் செதிலாக உதிர்ந்து பார்ப்பதற்கே அருவருப்பாக இருக்கும். இதைத் தவிர்க்க, வாரம் ஒரு முறை கற்றாழை ஜெல்லை எடுத்து, வெதுவெதுப்பான நீரில் கரைத்து தலையில் தடவி, ஐந்து நிமிடங்கள் ஊறவைத்து அலசினால் வறட்டுத்தன்மை நீங்குவதுடன், பொடுகும் மட்டுப்படும்!

⅄ வறட்சி காரணமாக நரையும் அதிகரிக்கலாம். இதற்காக 'டை' அல்லது 'கலரிங்' பயன்படுத்தும்போது அது முடியின் வறட்சியை மேலும் கூட்டுவதற்கு வாய்ப்பு இருக்கிறது. ஒரு கப் மருதாணி இலையுடன் கால் கப் டீத்தூள், எலுமிச்சைச் சாறு கால் கப், தேங்காய் எண்ணெய் *4* டீஸ்பூன் சேர்த்து மிக்ஸியில் விழுதாக அரைத்துக்கொள்ளவும். இந்த விழுதை வாரம் ஒரு முறை தலையில் தேய்த்து அலச, டை மற்றும் கலரிங் போன்றவை காரணமாக ஏற்படும் பாதிப்புகள் நீங்கும்.

⅄ குளிருக்காக உல்லன் குல்லாக்கள் அணிவதைத் தவிர்த்து, 'சிந்தடிக் சில்க்' தயாரிப்பு குல்லா மற்றும் ஸ்கார்ஃப்களை பயன்படுத்துவதன் மூலமும் பனிக்காலத்தில் முடியில் ஏற்படும் பிரச்னைகளைக் குறைக்கலாம்.

⅄ குளிர்காலம்தான் என்றில்லை... பொதுவாகவே கொத்துக் கொத்தாக முடி உதிரும். இதற்கு தூக்கமின்மையும் ஒரு காரணம். தூங்கப்போகும் முன் சிறிது கசகசாவை அரைத்து, பாலில் கலந்து குடித்தால் நிம்மதியான தூக்கம் வரும். தலையின் வறண்ட தன்மையும் குணமாகும். தினசரி இரவு உறங்கச் செல்லும்முன் *5* முதல் *6* சொட்டு ஆலிவ் ஆயிலைத் தலையில் தடவி வாரி, நுனி வரை பின்னல் போட்டு வந்தால்... முடி உதிர்வது நிற்கும். முடியின் வளர்ச்சியும் அதிகமாகும்.

வறட்சியைப் போக்கி வளர்ச்சியைக் கூட்டும் பஞ்ச மூலிகை தைலம்:

வல்லாரை கீரை - 50 கிராம்

செம்பருத்தி இலை - 50 கிராம்

கரிசலாங்கண்ணி கீரை - 50 கிராம்

வெந்தயக் கீரை - 50 கிராம்

நெல்லிக்காய் விழுது - 50 கிராம்

தேங்காய் எண்ணெய் - 500 மில்லி

செய்முறை:

மேலே குறிப்பிட்டுள்ள ஒவ்வொரு கீரையையும் தனித்தனியே ஐந்து பாட்டில்களில் 100 மில்லி சுத்தமான தேங்காய் எண்ணெயில் போட்டு ஊற வைக்கவும். இதை 15 நாட்கள் தொடர்ந்து வெயிலில் வைத்து எடுக்கவும். நெல்லிக்காயை அரைத்தோ அல்லது அப்படியே போட்டும் ஊறவைக்கலாம். 15 நாட்கள் வெயிலில் நன்றாக ஊறியதும் எல்லாவற்றையும் ஒன்றாகக் கலந்து இரும்பு வாணலியில் வைத்து (தீய்ந்து போகாமல்) காய்ச்சவும். பிறகு, இரண்டு அல்லது மூன்று நாட்கள் கழித்து வடிகட்டி, ஒரு பாட்டிலில் ஊற்றி வைத்து தினமும் தலையில் தேய்ப்பதற்கு உபயோகிக்கலாம். இது, வறட்சியைப் போக்குவதுடன் முடி வளர்ச்சியையும் கொடுக்கும்.

அற்புத கூந்தலுக்கு... ஆலிவ் மசாஜ்!

சில்கி, நீளம், சுருள், அதீத சுருள்... இப்படிப்பட்ட நான்கு வகையான கூந்தலுக்கும், பிரத்தியேக பராமரிப்பை கொடுப்பதன் மூலம்... முடி உதிர்வது, வறட்சி, வேர் பாதிப்பு போன்ற பிரச்னைகளில் இருந்து கேசத்தை பாதுகாத்து, எழிலாக்கும். அதற்கான எளிய முறைகள் இங்கே...

- பஞ்சு போன்று மென்மையான சில்கி முடி இருப்பவர்கள், எண்ணெய் தடவினால் அவர்களின் கூந்தல் மேலும் மெலிந்து ஒல்லியாக காட்டும். முடி அடர்த்தியாக தெரிய, இவர்கள் ஆலிவ் எண்ணெயைப் பயன்படுத்துவது பெஸ்ட். வாரம் ஒரு முறை ஆலிவ் எண்ணெயால் தலையை நன்றாக மசாஜ் செய்து, சிறிது கடலை மாவுடன் எலுமிச்சைச் சாறு, வெட்டிவேர் தண்ணீரைக் கலந்து தலையை அலசினால்... முடி புஷ்டியாக தெரிவதுடன் பளபளவென மின்னும்.
- நீண்ட முடி இருப்பவர்களுக்கு அடிக்கடி சிக்கு ஏற்படும். எனவே, இவர்கள் இரவு உறங்கச் செல்வதற்கு முன் கூந்தலை சீராகச் சீவி, பின்னல் போட்டுக்கொள்வது சிறந்தது. ஒரு நாள் விட்டு ஒரு நாள் தேங்காய் எண்ணெய் தடவலாம். வாரத்தில் ஒரு நாள் நல்லெண்ணெயை தடவி வாரி, கற்றாழை ஜெல், வெந்தயக்கீரை சாறு இவற்றுடன் சீயக்காயை கலந்து தலைக்கு குளித்துவந்தால் கேசத்தின் இயற்கைத் தன்மை மாறாமல், பளபளப்புடன் கருகரு வென்று வளரும்.
- அடர்த்தியுடன், சுருள் முடி இருப்பவர்கள்... முடியை இரண்டாகப் பிரித்து, பத்து நிமிடமாவது படிய வார வேண்டும். இவர்கள் தலைக்கு எவ்வளவுதான் எண்ணெய் வைத்தாலும்,

எண்ணெய் இல்லாததுபோல் வறட்சியாகத் தெரியும். எனவே, தினமும் கேசத்துக்கு எண்ணெய் வைக்க வேண்டும். வாரம் இரு முறை வெந்தயத்தூள், புங்கங்காய்த்தூள், பயத்தம் பருப்பு மாவு தலா இரண்டு டீஸ்பூன் சேர்த்து கலந்து தலைக்கு குளித்து வந்தால்... முடி மிருதுவாவதுடன், நுனி வெடிப்பும் இருக்காது.

அதீத சுருள் முடி இருப்பவர்கள், 'முடி ஸ்ட்ரெய்ட்டா இல்லையே' என்று ஃபீல் பண்ணுவது இயல்பு. அதற்காக பார்லரில் 'ஸ்ட்ரெயிட்டனிங்' செய்துகொள்வதைவிட, இரவு தோறும் தலையில் தேங்காய் எண்ணெயை தேய்த்து, பதினைந்து நிமிடம் படிய வாரலாம். காதோரப் பகுதியில் ஹேர்பின்களை குத்தி, இறுதியில் கிளிப் போட்டுக்கொள்ளலாம். மறுநாள், முடி நீளமாகத் தெரியும். இதைத் தொடர்ந்து செய்வதால், சுருட்டிக்கொண்ட முடியும் சோம்பல் முறிக்கும்!

சுத்தமான தலைமுடி பெற:

சீயக்காய்த் தூள் - 4 டீஸ்பூன்

நெல்லிக்காய்த்தூள் - 1 டீஸ்பூன்

செய்முறை:

இவை இரண்டையும் நன்றாக தண்ணீர்விட்டு கொதிக்க வைக்கவும். சிறிது சூடு ஆறியதும் அந்தக் கரைசலை காபி ஃபில்டரில் விட்டு நன்கு வடிகட்டவும். தலைமுடியை, முதலில் சிறிது தேங்காய் எண்ணெய் கொண்டு மசாஜ் செய்து நன்கு சீவி விடவும். பின்னர், வடிகட்டிய வெது வெதுப்பான தண்ணீரைக் கொண்டு தலைமுடியை அலசவும். இதனால், தலைமுடி நன்கு சுத்தமாவதோடு முடியின் வளர்ச்சியையும் தூண்டும்.

பளபளப்பான கூந்தலுக்கு:

கரிசலாங்கண்ணி கீரை - 1 கப்

வேப்பந்தளிர் - 10

செய்முறை:

இரண்டையும் நன்கு அரைத்து ஒரு துணியில் மூட்டையாக கட்டிவைக்கவும். வாய் அகன்ற பாத்திரத்தில் ஒரு லிட்டர் தண்ணீரைக் கொதிக்க வைத்து இந்த மூட்டையை அதில் போடவும். மூடி வைத்து நன்கு ஆறியதும் அந்த நீரை மெல்லிய துணியில் வடிகட்டவும். இரண்டு டீஸ்பூன் ஆலிவ் ஆயில் கொண்டு தலைமுடியை நன்கு மசாஜ் செய்யவும். பின்னர், வடிகட்டிய நீரை விட்டு நன்கு அலசவும். பளபளப்புடன் கூடிய கருமையான தலைமுடி இருப்பதை நீங்கள் உணர்வீர்கள்.

9

பளபள தோலுக்கு பாதாம் வைத்தியம்!

நாற்பது வயதைக் கடக்கும் பெண்களுக்கு, 'மெனோபாஸ்' சமயத்தில் (மாதவிடாய் நிற்கும்போது) ஈஸ்ட்ரோஜன் சுரப்புக் குறைவதால், உடலில் பல மாற்றங்கள் நிகழும். உடலின் கொழுப்புச்சத்து குறைவதால், சருமத்தில் எண்ணெய் பசையே இல்லாமல் வறண்ட பாலைவனமாகிவிடும்.

மேலும், 'கொலஸ்ட்ரால் வருமோ' என்ற பயத்தில் உணவிலும் எண்ணெய்ப் பதார்த்தங்களை அறவே ஒதுக்கிவிடுவதும் வறட்சிக்கு வழிவகுக்கும். இதனால், தோலில் சுருக்கம் அதிகமாகி, கூடுதலான வயோதிக தோற்றம் வந்துவிடும். இந்த வறட்சியினால் கண்கள், கன்னம், கை, கால், முழங்கைப் பகுதிகள் சுருங்கி, தோல் தொய்ந்து விடும். உணவு மற்றும் சருமப் பராமரிப்பு மூலமும் சருமத்தைப் பளபளப்பாக மாற்ற முடியும்.

⚔ கும்மென்று இருந்த கன்னம், வயோதிகம் காரணமாக ரொம்பவே தளர்ந்துவிடும். இதற்கு, தினமும் 4 பாதாம் பருப்பை ஊற வைத்து அரைத்து, ஒரு கப் பாலில் கலந்து சாப்பிட்டு வரலாம். இரவில் ஒரு கப் பாலில் அரை டீஸ்பூன் கசகசா தூளைக் கலந்து குடித்து வரலாம். மனநிம்மதியான உறக்கத்துடன் சருமமும் மிருதுவாக மாறும்.

⚔ கை, கால்களில் சுருக்கங்கள் ஏற்பட்டு, இளமை அழகு கொஞ்சம் கொஞ்சமாக பறிபோகும்போது... தலா 25 கிராம் கசகசா, வெள்ளரி விதையுடன் 10 கிராம் பாதாம் பருப்பை சேர்த்து அரையுங்கள். அந்த விழுதை, கால் கிலோ நல்லெண்ணெயில் சேர்த்துக் காய்ச்சி இறக்குங்கள். இந்த எண்ணெயை உடம்பில் தினமும் தடவினால், இழந்த பொலிவு மீண்டும் வந்துவிடும். தோலில் அரிப்பு இருந்தால், சிறிது விளக்கெண்ணெய் சேர்த்துக் கொள்ளலாம்.

⚔ வைட்டமின் - ஈ குறைபாட்டினால், கண்களுக்கு கீழ் கருமை படரலாம். எண்ணெய்ப் பசை இல்லாமல் பொரிப் பொரியாக தோன்றி, கண் இமைகளுக்கு நடுவில் நிறைய சுருக்கங்கள் ஏற்படலாம். இந்தப் பாதிப்புக்கு உள்ளானவர்கள், பியூட்டி பார்லரில் த்ரெட்டிங் செய்துகொள்வதை உடனடியாக நிறுத்திவிட வேண்டும். இல்லையென்றால்... கண் அழகு மட்டுமல்ல, பார்வையும்கூட பாதிக்கப்படலாம்.

⚔ பனிக்காலத்தில் வறண்ட சருமம் மேலும் வறட்சிப் பாதையில் போய், உள்ளங்கையில் சொர சொரப்பு, பாதங்களில் வெடிப்பு போன்றவை ஏற்பட வாய்ப்பு இருக்கின்றன. தினமும், இரவு தூங்கப்போகும்போது கை, கால்களை நன்றாகக் கழுவிவிட்டு, ஸ்டாக்கிங் டைப் சாக்ஸ் அணிந்துகொள்வது தோலை மென்மையாக வைத்திருக்க உதவும். பொரியல், கூட்டு, சாம்பார் உணவு வகைகளில் கசகசாவை சேர்த்துக்கொள்வதும் சருமத்தின் எண்ணெய்ப் பசையைக் கூட்டும்.

⚔ 50 கிராம் கசகசாவை வறுத்து, சம அளவு சர்க்கரையுடன் 25 கிராம் பாதாம் பருப்பையும் சேர்த்து பொடியுங்கள். ஒரு கப் பாலில் இந்த பவுடரை ஒரு டீஸ்பூன் அளவுக்குக் கலந்து குடித்துவர, ஒட்டுமொத்த சரும வறட்சியும் சட்டென மறையும்.

மென்மையான சருமத்துக்கு:

முகத்தில் ஆலிவ் ஆயிலை நன்கு பரவலாக தடவிக்கொள்ளவும். சர்க்கரையை வாயகன்ற பாத்திரத்தில் கொட்டி, விரல்களை ஈரப்படுத்தி சர்க்கரையில் தோய்த்து, முகத்தில் வைக்கவும். இதேபோல் ஐந்து அல்லது ஆறு முறை சர்க்கரையில் ஈரப்படுத்திய

விரல்களைத் தோய்த்து முகம் முழுவதும் சர்க்கரை பரவும்படி செய்யவும். இது, சரும துவாரங்களை நன்கு சுத்தப்படுத்துவதோடு முக வீக்கத்தையும் தணிக்கும். மேலும், சருமத்தின் எண்ணைப் பசையை நீக்கும்போது, சருமத்தின் பளபளப்புக் குறையாமல் இருப்பதற்கு, ஆலிவ் ஆயில் உதவி செய்கிறது.

நான்கு அல்லது ஐந்து லவங்கத் துண்டுகளை நன்றாக வெந்நீரில் ஊறவைத்து, அத்துடன் ஒரு பிடி துளசி இலைகளை சேர்த்து நன்கு அரைத்துக்கொள்ளவும். அதை முகத்தில் பூசி 15 நிமிடங்கள் ஊறவைத்து, குளிர்ந்த நீரில் முகத்தை சுத்தம் செய்யவும். இவை இரண்டுக்கும் உள்ள மருத்துவ குணத்தால், முகத்தில் பருக்கள் வராமலும், எண்ணைப் பசை இல்லாமலும் தடுக்கலாம். மேலும், சருமம் அதன் மென்மைத்தன்மையை இழக்காது.

பாதாம், பிஸ்தா, கசகசா மூன்றையும் அரை டீஸ்பூன் எடுத்து பாலில் ஊறவைத்து நன்கு அரைக்க வேண்டும். க்ரீம்போல வந்ததும், அதனை கழுத்திலிருந்து முகம் வரைக்கும் நல்ல அடர்த்தியாகப் போட வேண்டும். ஒரு மணி நேரம் ஊறவைத்து, வெந்நீரில் முகத்தை சுத்தம் செய்யவும். இது, சருமத்தின் வறட்சியை நீக்கி, தேவையான எண்ணைப் பசையைக் கொடுத்து முகத்தை பளபளப்பாக்கும்.

கருத்த முகத்துக்கு கஸ்தூரி மஞ்சள்!

வீட்டு வேலை, அலுவலக வேலை... எந்த வேலையாக இருந்தாலும், பெண்களுக்கு அது ஓய்வின்மை மற்றும் சோர்வைத் தவறாமல் தந்துவிடும். அது அவர்களின் சரும நலனையும் பாதிக்கும். எனவே, அவர்கள் அடிக்கடி தங்களை 'ரெஃப்ரெஷ்' வைத்துக்கொள்ள வேண்டியது அவசியம். அதற்கான சரும பாதுகாப்பு வழிகள் இங்கே...

⅄ டிடெர்ஜென்ட் சோப் மற்றும் பவுடர்கள், முறையே பாத்திரம் கழுவுபவர்கள் மற்றும் துணித் துவைப்பவர்களின் கைகளை சொர சொரப்பாக்குவதுடன், வெடிப்புகள்கூட தோன்ற வைக்கலாம். இதிலிருந்து தீர்வுபெற, கால் டீஸ்பூன் பாதாம் எண்ணெயை உள்ளங்கையில் விட்டு, சூடு பறக்க தேய்க்கவும். கொதிக்கும் தண்ணீரிலிருந்து வெளியேறும் ஆவிக்கு மேலே உள்ளங்கைகளை நீட்டவும். இதன் மூலம் கைகள் பட்டுபோல் மென்மையாக மாறும்.

⅄ ஓயாத அலைச்சலால் முகம் கருத்துப்போனவர்கள், கஸ்தூரி மஞ்சளை ஒன்றிரண்டாக ஒடித்து மிக்ஸியில் பொடியாக்கவும்.

இதில் தயிரைக் கலந்து முகத்தில் பூசி, பத்து நிமிடம் கழித்து மெல்லிய மஸ்லின் துணி (அ) பஞ்சால் ஒற்றி எடுக்கவும். பிறகு, தேங்காய் எண்ணெய் அல்லது பாதாம் எண்ணெய் தடவினால் முகம் பிரகாசமாக ஜொலிக்கும்.

⅄ கணினியில் வேலை செய்யும் பெண்கள், புருவத்தைச் சுருக்கிக் கொண்டு கம்ப்யூட்டரை பார்ப்பதால், முன்நெற்றியில் கோடுகள், புருவத்தின் கீழ் சுருக்கம்... போன்றவை தோன்றலாம். இவற்றைத் தவிர்க்க, உள்ளங்கைகளில் தேங்காய் எண்ணெயைத் தடவி, நெற்றியின் நடுப்பகுதியில் கையால் நீவி விட்டால், கோடுகள் மறைந்துவிடும். கூடவே, வெது வெதுப்பான தண்ணீரில் பஞ்சை நனைத்து கண் - புருவத்துக்கு இடையில் ஒற்றி எடுக்கலாம். அதை முடித்ததும், கட்டைவிரலில் வெண்ணெயைத் தடவி, நெற்றியின் மேல்பக்கமாக நீவலாம். சுருக்கம் தானாக மறைந்துவிடும்.

⅄ முகத்தின் தாடை, கை, கால், உதட்டின் மேல் தேவையற்ற முடிகள் முளைத்து அழகைக் கெடுத்துவிடும். இதற்கு, கடலை மாவையும் மஞ்சள்தூளையும் சம அளவு எடுத்து, வெது வெதுப்பான பாலில் கலந்து பேஸ்ட்டாக்கவும். இதை, முடி இருக்கும் இடங்களில் பரவலாகப் பூசி, அரை மணி நேரம் கழித்து, சின்னச் சின்ன வெள்ளைத் துணியால், எதிர்பக்கமாகத் துடைத்து எடுக்கவும். சிலருக்கு இதனால் எரிச்சல் ஏற்படலாம். எனவே, துடைத்தெடுத்த பின் பாதாம் எண்ணெயைத் தடவினால் எரிச்சல் இருக்காது. அந்தப் பகுதியில் முடிகளும் குறைந்துவிடும்.

⅄ காதின் ஓரங்களில் வரிசையாக காதணி அணிவது சிலருக்குப் பிடித்தமான விஷயம். இதற்காக துளையிடும்போது, காது புண்ணாகிவிடும். கடுக்காய் பவுடரை பாலில் கலந்து புண்ணில் பூசி, காய்ந்ததும் கழுவினால்... தோல் மென்மையாகி புண் விரைவில் ஆறிவிடும்.

கசகசா தைலம்:

50 கிராம் கசகசாவை ஊறவைத்து அரைத்துக்கொள்ளவும். 150 மில்லி நல்லெண்ணையில் அதை அப்படியே விட்டு காய்ச்சினால் கசகசா தைலம் கிடைக்கும். இதை, முகம், கை, கால், பாதம், உள்ளங்கை... என உடலின் அனைத்து இடங்களிலும் நன்கு மாலிஷ் செய்து, 10 நிமிடம் ஊறவைத்து பயத்தம் மாவால் சுத்தம் செய்யவும்.

இது, வறண்ட சருமத்தை எண்ணைப் பசை உள்ளதாக நன்கு மாற்றும். டிரையாக இருக்கும் முழங்கை, முழங்கால்களில் கருமை படர்வது குறையும். கசகசா கொடுக்கும் பிசுக்குத்தன்மை, சருமத்தை இளமையாக்கும். மேலும், உடலில் சுருக்கங்கள் ஏற்படாமல் வைத்துக்கொள்ளும்.

சமையலறை வெப்பத்திலும்... சருகு ஆகாமல் தப்பிக்கலாம்!

ஜன்னல், காற்று, வெளிச்சம் என அத்தனை அம்சங்களுடனும் சமையலறை அமைந்திருந்தாலும், சமையலை முடித்துவிட்டு வெளியில் வரும்போது அடுப்புச் சூட்டாலும், வியர்வை மழையாலும்... மிளிரும் அழகும் மங்கிப்போவதுண்டு!

'சமையலறைக்குள்ளேயே கிடந்து, இப்படி சருகா போயிட்டேனே' என்ற அந்த வழக்கமான புலம்பலைத் தவிர்க்க, சருமத்தை 'வளவளப்பா'க்கும் அழகுக் குறிப்புகள் சிலவற்றை இங்கே...

⅄ விடியற்காலையில் எழுந்து சமையலை முடித்துக்கொள்வது, வெப்பத்தாக்கத்தில் இருந்து ஓரளவு விடுபட உதவும்.

⅄ வியர்வையின் உப்பு நீரில் சருமம் பொலிவு இழந்து காணப்படும் சமயங்களில், புடவை தலைப்பாலோ, டவலினாலோ அழுத்தித் துடைக்கக் கூடாது. உடனடியாக சூடான தண்ணீரில் குளிக்கவும் கூடாது. ஈரத்துண்டினால் வியர்வையை ஒற்றி எடுப்பதே நலம்.

⅄ சமையலறைக்குள் நுழைவதற்கு முன்பு, தலையில் நல்லெண்ணெய் (அ) விளக்கெண்ணெயை தடவி வாரிக் கொள்ளுங்கள். அதற்குப் பிறகு வேலையைத் துவங்கும்போது, உடம்பில் உஷ்ணம் நேரடியாக தாக்காமல் இருக்கும்.

⅄ தாளிக்கும்போது சில சமயம் முகத்தில் கடுகு தெறிப்பதுண்டு. ஒருவேளை அது பருக்கள் மீது பட்டுவிட்டால், சீழ் பிடித்து செப்டிக்கூட ஆகலாம். இத்தகைய தாளிப்புக் கொப்புளங்களைத் தவிர்க்க, சமையலைத் தொடங்குவதற்கு முன்பு இரண்டு பல் பூண்டுடன், ஒரு வெற்றிலையை அரைத்து முகத்தில் பூசுங்கள். வெற்றிலை, கிருமிநாசினியாக செயல்படும். பூண்டு, பருக்களின் மீது பாதிப்பு ஏற்படுத்தாமல் நம்மைப் பாதுகாக்கும்.

⅄ சிறிது வெங்காயத்தை எடுத்து அரைத்துக்கொள்ளுங்கள். தலைக்குக் குளிக்கும்போது வெங்காய விழுதை தலையில் தேய்த்து, சீயக்காய் போட்டு அலசிப் பாருங்கள்... உடம்பு குளுகுளு குளிர்ச்சி பெறும்.

⅄ பாத்திரம் தேய்ப்பதாலும், வாழை, சேனை போன்ற காய்கறிகளை நறுக்குவதாலும் கைகள் சொர சொரப்பாகிவிடும். நான்கு சொட்டு நல்லெண்ணெயுடன், நான்கு சொட்டு தண்ணீரைக் கலந்து நுரை வரும் வரை கைகளை தேய்த்துக் கழுவுங்கள். கைகள் மிருதுவாகி மினுமினுக்கும்.

➤ சமையலறைப் புகையால் ஏற்படும் கண் எரிச்சலால் கண்கள் சோர்ந்து போகலாம். வெள்ளரிக்காயுடன் இளநீர் சேர்த்து அரைத்து, கண் மற்றும் முகம் முழுவதும் பூசிக்கொள்ளுங்கள். கண் எரிச்சல் போய், குளிர்ச்சி கொடுப்பதுடன் முகம் இழந்த கலரையும் மீட்டுத் தரும். தக்காளிப் பழத்தை முகத்தில் பூசுவதால் சருமத்தில் உள்ள துளைகள் மறையும்.

➤ ஒரு கப் சூடான தண்ணீரில், எட்டு ரோஜா இதழ்களைப் போட்டு மூடி வைத்துவிடுங்கள். ரோஜா எசென்ஸ் முழுவதும் தண்ணீரில் இறங்கிவிடும். பூக்களை எடுத்துவிட்டு அந்தத் தண்ணீரில் முகத்தைக் கழுவினால், பனிப் படர்ந்த ரோஜாபோல் முகம் பிரகாசமாக ஜொலிக்கும். இந்த வாட்டரில் சிறிது பனங்கற்கண்டு சேர்த்துக் குடிக்கலாம். மனஉளைச்சல் நீங்கி, நிம்மதி பிறக்கும்!

பளபளப்பாக்கும் 'பழ பேக்'!

பழங்கள் ஆரோக்கியத்துக்கு மட்டுமல்ல... அழகுக்கும்தான்! பழவகை 'பேக்'களை பயன்படுத்தி சருமத்தையும் உடலையும் அழகாக்கும் வித்தையை விரிவாகப் பார்ப்போம்.

➤ நன்றாக தெளிந்த தர்பூசணி ஜூஸ் ஒரு கிளாஸ் எடுங்கள். அதை ஐஸ்கியூப் டிரேயில் ஊற்றி ஃப்ரிட்ஜில் வைத்துவிடுங்கள். முகம், கை, கால் கண்களில் இந்த ஐஸ்கட்டிகளை ஒற்றி எடுங்கள். சொர சொரப்பு நீங்கி சருமம் மிருதுவாவதுடன், நல்ல நிறத்தையும் கொடுக்கும்.

➤ வேலை, அலைச்சலால் சோர்ந்துபோகும் கண்களுக்கு, இந்த 'ஃப்ரூட் பேக்' ஒரு 'கண்கட்டு' வித்தை. மஸ்லின் துணியை உள்ளங்கை அளவுக்கு வெட்டி அவற்றை இணைத்து, இரண்டு சிறு சிறு பைகளாக தைத்துவிடுங்கள். பிறகு, அதைத் தண்ணீரில் நனைத்து, வாழைப்பழம், தர்பூசணி, பப்பாளி, உருளைக்கிழங்கு, வெள்ளரிக்காய் எல்லாவற்றிலும் தலா ஒரு துண்டு வீதம் போட்டு, பையின் வாயைத் தைத்து, ஃப்ரிட்ஜில் வைத்துவிடுங்கள். தூங்கப் போகும்போது கண்ணுக்கு மேல் இந்தப் பைகளை ஒரு மணி நேரம் வைத்திருங்கள். சோர்வுற்ற கண்களுக்கு நல்ல ரெஸ்ட் கிடைக்கும்.

வாழைப்பழம், கருவளையத்தைப் போக்கும். தர்பூசணி கருவிழியை பளபளப்பாக்கும். பப்பாளி வறட்சி இல்லாமல் வைத்திருக்கும். உருளைக்கிழங்கு, வெள்ளரி நன்றாக ப்ளீச் செய்து குளிர்ச்சியைக் கொடுக்கும். இமைகளில் முடி உதிர்வதும் நிற்கும்.

⅄ புள்ளி, தழும்பு ஆகியவை காரணமாக முகம் பொலிவு இழக்கலாம். ஆரஞ்சுப் பழம் ஒன்றை தண்ணீர்விடாமல் அரைத்து ஜூஸாக்கினால் கால் கப் வரும். மெல்லிய காட்டன் துணியால் ஜூஸைத் தொட்டுத் தொட்டு முகத்தில் ஒற்றி எடுங்கள். முகத்தில் உள்ள கரும்புள்ளி, தழும்புகள் மறைவதுடன், நல்ல கலரையும் பளபளப்பையும் தரும்.

ஆரஞ்சுப் பழத்தின் தோலை வீணாக்காமல், வெந்நீரில் போட்டு கொதிக்க வைத்து, அந்தத் தண்ணீரில் வெந்தயத்தூளை சேர்த்து தலையை அலசலாம். இதன் மூலம் பேன், பொடுகு, அரிப்பு இதெல்லாம் மறைந்து கூந்தல் பளபளப்பாகும்.

⅄ கொட்டை எடுத்த இரண்டு பேரீச்சம் பழத்தை அரைத்து, தர்பூசணி ஜூஸ் கலந்து முகத்தில் 'பேக்' போடுங்கள். பத்து நிமிடம் கழித்துக் கழுவினால், 'டல்'லான முகம் பொலிவாக மின்னும்.

சருமம் பொலிவு பெற:

உலர்ந்த திராட்சை - 10

தேன் - 1 டீஸ்பூன்

எலுமிச்சைச் சாறு - 1 டீஸ்பூன்

செய்முறை:

திராட்சையை நன்கு அரைத்து விழுதாக்கி, தேன், எலுமிச்சைச் சாறு கலந்து உதடுகள் மற்றும் முகமெங்கும் பூசிக்கொள்ளவும். இப்படியே ஒரு மணி நேரம் ஊறவைத்து, வெந்நீரில் சுத்தம் செய்யவும். இப்போது கண்ணாடியைப் பாருங்கள், நீங்கள் இழந்த நிறம் மீண்டும் கிடைத்திருக்கும். அத்துடன் சருமமும் பொலிவுடன் காணப்படும்.

↗ 'முகம் மட்டுமா... தலையும் வறட்சியாக இருக்கிறதே...' என்று கவலைப்படுபவர்கள், நெல்லிக்காய் ஜூஸ், நல்லெண்ணெய், தேங்காய் எண்ணெய் மூன்றையும் தலா ஒரு கப் எடுத்துக்கொள்ளவும். அவற்றை அடுப்பில் வைத்து காய்ச்சி, ஓசை அடங்கியதும் இறக்கவும். இந்தத் தைலத்தை தலைக்கு தேய்த்து, சீயக்காய் போட்டு அலசினால், தலைக்குக் குளிர்ச்சியை தந்து, வறட்சியைப் போக்கி, கூந்தலின் வளர்ச்சிக்கு வழிவகுப்பதோடு நரை முடியையும் தடுக்கும்.

சப்போட்டா பழம் தினமும் சாப்பிடுவதால் இரும்புச்சத்து கிடைக்கும். அதனால், வெளிறிப்போன சருமம் மீண்டும் பழையபடி மாறும். இதே பழத்தை கொண்டு முகத்துக்கு 'மாஸ்க்' போடுவது எப்படி என்று பார்ப்போம்.

சப்போட்டா மாஸ்க்:

சப்போட்டா பழம் (பெரியது) - 1

ஆரஞ்சு ஜூஸ் - 1 டேபிள்ஸ்பூன்

ஆலிவ் ஆயில் - 2 டீஸ்பூன்

தேன் - 2 டீஸ்பூன்

பாதாம் விழுது (அரைத்தது) - 2 டீஸ்பூன்

ரோஸ் வாட்டர் - 1 டீஸ்பூன்

செய்முறை:

சப்போட்டாவை, தோல், விதைகளை நீக்கி அரைத்துக் கொள்ளவும். மேலே உள்ள ஒவ்வொன்றையும் ஒன்றாகக் கலந்து கழுத்து, முகம், கண்களைச் சுற்றி எல்லா இடங்களிலும் அடர்த்தியாக போட்டுக்கொள்ளவும். இரண்டு மணி நேரம் கழித்து வெது வெதுப்பான நீரால் இதமாக தேய்த்து சுத்தம் செய்யவும். இப்போது பாருங்கள், முகம் பளிச்சென்று பிரகாசிக்கும். இவ்வாறு வாரம் ஒரு முறை செய்தால், முகம் எப்போதும் பொலிவுடன் விளங்கும்.

வறண்ட சருமத்துக்குப் 'பழ வகை பேக்' நல்ல பலனைக் கொடுக்கும். பழத்துக்கே உரிய மென்மைத்தன்மை சருமத்தில்

ஊடுருவிச்சென்று புதுபிக்கச் செய்வதால், சொர சொரப்பு நீங்கி பளபளப்புக் கிடைக்கும்.

ஆப்பிள் பழ மாஸ்க்: பாதி அளவு உள்ள ஆப்பிளை தோல் சீவி, நன்கு அரைத்துக்கொள்ளவும். தேன் ஒரு டேபிள்ஸ்பூன், முட்டையின் வெள்ளைக் கரு, எலுமிச்சைச் சாறு இரண்டு டேபிள்ஸ்பூன், விளக்கெண்ணை அரை டீஸ்பூன். இவற்றை நன்கு கலந்து முகத்தில் Mask போட்டுக்கொண்டு, பேசாமல் அரை மணி நேரம் இருக்கவும். பின்னர் தண்ணீர் தெளித்து, தேய்த்து சுத்தம் செய்யவும். இது, உலர்ந்த சருமம் தொடர்பான எல்லாவித பிரச்னைகளுக்கும் சிறப்பான பலனைக் கொடுக்கும்.

முல்தானிமட்டி இரண்டு டேபிள்ஸ்பூன், ரோஸ் வாட்டர் ஒரு டேபிள்ஸ்பூன், தக்காளிச் சாறு இரண்டு டேபிள்ஸ்பூன், கிளிசிரின் ஒரு டீ ஸ்பூன் கலந்து முகத்துக்கு மாஸ்க் போடவும். அரை மணி நேரம் ஊறவைத்து, பால் கலந்த தண்ணீரால் முகத்தை சுத்தம் செய்யவும். இவ்வாறு மாதம் இரு முறை செய்தால், முகம் கருமை நீங்கி பளிச்சிடும்.

ஸ்ட்ராபெரி தினமும் சாப்பிடுவதால், தோல் சம்பந்தமான நோய்கள் வராது. மூன்று அல்லது நான்கு பெரிய பழத்தை அரைத்து அப்படியே முகத்தில் மாஸ்க் போட்டு, அரை மணி நேரம் ஊற வைக்கவும். பின்னர் குளிர்ந்த நீரால் சுத்தம் செய்யவும். இதனால், சருமத்துக்கு நல்ல பொலிவுடன்கூடிய புத்துணர்ச்சி கிடைக்கும்.

சருமத்தை பளிச் ஆக்கும்...
உருளை ப்ளீச்!

கொளுத்தும் கோடை வெயிலால் நம் உடலிலும் வெப்பத்தின் தாக்கம் எதிரொலிக்கும். சிலருக்கு அதிக வியர்வையால் துர்நாற்ற பிரச்னை ஏற்பட்டு, மனதும் உடலும் துவண்டுவிடும். இந்தப் பிரச்னைகளையும் வெயிலின் தாக்கத்தையும் விரட்டியடிக்க, சில யோசனைகள் இங்கே...

- தினமும், நீர்ச்சத்து நிறைந்த காய்கறிகள், பழங்களை உணவில் சேர்த்துக்கொள்ளுங்கள். அதிக அளவு வெங்காயம் சேர்த்துக் கொள்வது அவசியம். வெங்காயம், வெங்காயத்தாளை சமைக்காமல் பொடியாக நறுக்கி, சாலட்டுடன் சேர்த்துச் சாப்பிடுவது நல்ல பலனைத் தரும்.

⅄ பொதுவாக, வியர்வை அதிகமாக சுரக்கக்கூடிய உடல்வாகு உள்ளவர்கள், 'வெங்காயம் சாப்பிட்டால் உடம்பில் நாற்றம் வீசுமோ..' என்று வெங்காயம் சேர்ப்பதையே தவிர்த்துவிடுவார்கள். வெங்காயத்தை நறுக்கியதும் தண்ணீரில் அலசிவிட்டு, பிறகு பயன்படுத்தினால் நாற்றம் இருக்காது. வெங்காயத்தை அரைத்து மோரில் கலந்து பருகுவதும் பலன் தரும். நாள் முழுவதும் குலுமணாலியில் இருப்பதுபோல் உடம்பே குளுகுளுவென இருக்கும்.

⅄ எப்போது பார்த்தாலும் சமையல் அறையிலேயே புழங்குவதைத் தவிர்த்துவிட்டு, வாரத்தில் இரண்டு நாட்களாவது கிச்சனுக்கு லீவ் விட்டு விடலாம். அந்த நாட்களில், சமைத்த உணவுக்குப் பதிலாக... கேரட், பீட்ரூட், வெள்ளரி, வெங்காயம், வெண்பூசணி, கோஸ், தக்காளி, கொத்தமல்லி இவற்றை பொடியாக நறுக்கி எலுமிச்சைச் சாறு சேர்த்து, சாலட்போல சாப்பிடலாம். மற்றொரு நாள் இந்தக் காய்கறிகளைத் துருவி, தயிர் சேர்த்து சாப்பிடலாம். இதேபோல் முளைக்கட்டிய பயறு வகைகளையும் சாப்பிடுவதால் நல்ல குளுமை கிடைப்பதுடன், உடலை ஆரோக்கியமாகவும் வைத்துகொள்ள முடியும்.

இந்த விஷயத்தில் ஓர் எச்சரிக்கை... 'பச்சைக் காய்கறிகள்தானே' என்று சரிவர சுத்தம் செய்யாமல் சாப்பிட்டால், அவற்றின் தோலில் ஏதாவது கிருமிகள் இருந்தால், அது அப்படியே உங்கள் உடலுக்குள் ஊடுருவிவிடக்கூடும். அதனால், பலவிதமான ஆபத்துகள்கூட வரலாம். எனவே, நன்றாக சுத்தம் செய்து பயன்படுத்துங்கள்.

⅄ வெளியில் செல்வதற்கு முன்பு, சருமத்தைப் பாதுகாத்துக் கொள்ளுங்கள். ஓர் உருளைக்கிழங்கை பாலில் வேக வைத்துவிடுங்கள். இதனுடன் வெங்காய ஜூஸ், தேன் இரண்டையும் தலா ஒரு டேபிள்ஸ்பூன் சேர்த்துக் கலந்து, முகம், கை, கழுத்து போன்ற வெயில்படும் இடங்களில் பூசிக் குளியுங்கள். இந்த 'உருளை ப்ளீச்', சருமத்தை பளிச்சென்று சுத்தமாக்கிவிடும். வெங்காயம் குளிர்ச்சியைக் கொடுக்கும். தேன் பளபளப்பாக்கும். இதனால் வெயிலின் தாக்கத்தில் இருந்து சருமம் பாதுகாக்கப்படும்.

➤ தேங்காய் வழுக்கலுடன் ஒரு கப் இளநீர் கலந்து, அரைத்து உடம்பில் பூசி குளித்துப் பாருங்கள். வியர்வை மட்டுப்படுவதுடன், உடலும் குளிர்ச்சியாக இருக்கும். கலரையும் தக்கவைத்துக்கொள்ள முடியும்.

பொதுவாக, சருமத்தின் நிறம் குறைவதற்கு மன இறுக்கமும் ஒரு காரணம். மனதைத் தூய்மைப்படுத்தி ஒருநிலைப்படுத்துவதன் மூலம், நம்முடைய சருமத்துக்கு நல்ல நிறம், பொலிவு, இளமை... என அனைத்தும் கொடுப்பதில் பூக்களுக்கும் பங்கு உண்டு.

இனி, பூக்களைக் கொண்டு தயாரிக்கும் தைலத்துக்குத் தேவையானவை பற்றிப் பார்க்கலாம்.

ரோஜாப் பூ - 1 கப்

சம்பங்கிப் பூ - 1 கப்

செண்பகப் பூ - 1 கப்

மரிக்கொழுந்து - 1 கப்

தவனம் - 1 கப்

செய்முறை:

அன்று மலர்ந்த பூக்களை நன்கு சுத்தம் செய்து சிறு சிறு துண்டுகளாக்கி, ஒரு மெல்லிய ஈரமான துணியால் கட்டி வைக்கவும். ஈரப்பதம் நீங்குவதற்கு உலர்ந்த துணியால் உலர்த்தவும். 300 மில்லி தேங்காய் எண்ணெயை நன்கு காயச்சி ஆறவைத்து, ஒரு பாட்டிலில் ஊற்றிக்கொள்ள வேண்டும். அதில், நன்கு துடைத்த பூக்கள் அனைத்தையும் போட்டு வெயிலில் வைத்து எடுக்கவும். 10 நாட்கள் இவ்வாறு வைத்து எடுத்து, அதை அப்படியே ஒரு பாத்திரத்தில் ஊற்றிக் காய்ச்சவும். சூடு ஆறிய பின் நன்கு வடிகட்டி பாட்டிலில் ஊற்றவும். இந்தத் தைலத்தை தினமும் முகம், கழுத்து போன்ற இடங்களில் தடவிக்கொண்டு குளிப்பதை பழக்கப்படுத்திக் கொள்ளுங்கள்.

ரோஜாப் பூ, நிறத்தைக் கொடுக்கும். சம்பங்கிப் பூ, மன அமைதியைக் கொடுக்கும். செண்பகப் பூ, மனதின் துயரத்தை நீக்கி நல்லதோர் உணர்வை ஏற்படுத்தும். மரிக்கொழுந்து, தவனம் இவை இரண்டும் சருமத்துக்கு நல்ல ஸ்திரத்தன்மையைக் கொடுப்பதோடு, நல்ல சுகமானதொரு மணத்தையும் கொடுக்கின்றன.

பூக்கள், பெண்களின் தலையை அலங்கரிப்பதோடு ஒவ்வொரு பூவின் தனித்தன்மையும் மனித மனதுக்கான உற்சாகம், நிம்மதி, நல்ல மணம், நிறம் இவற்றைக் கொடுத்து, உடலின் சருமம் நல்ல பொலிவுடன் விளங்கவும் உதவுகின்றன.

10

பஞ்சு உள்ளங்கைக்கு எலுமிச்சை எக்ஸர்சைஸ்!

ஆண்களின் கைகளைவிட, பெண்களின் கைகளுக்கு உழைப்பு அதிகம். பாத்திரம் கழுவுவது, துணி துவைப்பது, கரண்டி பிடித்துக் கிண்டுவது, பொரிப்பது, வதக்குவது சமைப்பது என, நம் கைகள் ஆல் டைம் ஆன் டியூட்டிதான்.

ரேகைகள் தேய வைக்கும் இந்த வேலைகளால் 'பட்டுப் போன்ற கைகள்' ஒரு கட்டத்தில் பரிதாபமாக மாறலாம்.

சிலருக்கு, வெடிப்பு, வறட்சி, அரிப்பு, கோடுகள், தோலுரிவது போன்றவை ஏற்படலாம். வேறு சிலருக்கு, நகம் உடைந்துபோவது, நிறம் மாறுவது, புள்ளிகள் தோன்றுவது என நகத்திலும் பாதிப்புகள் வரலாம். 'அதுக்காக வேலை பார்க்காமல் இருக்க முடியுமா..?' என்றால், முடியாதுதான். ஆனால், உங்களின் உணவு முறையிலும், கைகளை பராமரிப்பதிலும் சற்று கவனம் செலுத்தினால்... உங்கள் உள்ளங்கையில் தங்குமே மென்மை!

⅄ உள்ளங்கையில் போதிய ஈரப்பதம் இல்லாமல்போனால் சிலருக்கு வெடிப்புகள் தோன்றி, கறுப்பாக மாறிவிடும். அவர்கள் அடிக்கடி கைகளில் 'வேசலின்' தடவிக்கொள்ளலாம்.

⅄ ஓர் உருளைக்கிழங்கை வேகவைத்து, அதில் நான்கு (அ) ஐந்து சொட்டு ஆலிவ் எண்ணெயைக் கலந்து அரைத்துக்கொள்ளுங்கள். இதைக் கைகளுக்குப் பூசி, தேய்த்துக் கழுவுங்கள். ஆலிவ் எண்ணெய், தோலுக்கு நல்ல ஈரப்பதத்தைக் கொடுக்கும். உருளை, கருமையை நீக்கிவிடும்.

வெடிப்புகள் தொடராமல் இருக்க... நிறைய தண்ணீர், பால், ஆரஞ்சு, ஆப்பிள் ஜூஸ் வகைகளை அருந்துவதும் அவசியம்.

⅄ வைட்டமின்-சி குறைபாட்டால் சிலருக்கு கைகளில் தோல் உரியலாம். டிடெர்ஜென்ட் பவுடர், சோப் போன்றவற்றாலும் அலர்ஜி ஏற்பட்டு தோல் உரியலாம். இரண்டு டீஸ்பூன் ஓட்ஸ் பவுடருடன் தயிர் கலந்து கை, உள்ளங்கை, விரல் இடுக்கில் பூசி, மிதமான வெந்நீரில் தேய்த்துக் கழுவுவதுடன், மறக்காமல் நெல்லிக்காய் ஜூஸ் குடியுங்கள். நல்ல பலன் கிடைக்கும்.

⅄ நகத்தின் நிறம், சிலருக்கு திடீரென பழுப்பு நிறத்தில் மாறலாம். இரும்புச்சத்துக் குறைபாடுதான் இதற்குக் காரணம். பச்சை காய்கறிகள், கீரை வகைகள், பால் போன்றவற்றை உணவில் சேர்த்துக் கொள்ளுங்கள். காய்ச்சிய, வெதுவெதுப்பான பாலில் விரல்களை அமிழ்த்தி ஊறவிடலாம்.

⅄ அதீத வெயிலோ, கடும்குளிரோ சட்டென நம்மை பாதிக்கும்போது, விரல் நகம் உடையலாம். பாதாம் பாலை விரல் நகங்களில் தடவி, அரை மணி நேரம் கழித்து கழுவுங்கள். நகம் வலுவடையும்.

⅄ நகங்களில் திடீரென வெள்ளைப் புள்ளிகள் தோன்றும். நம்மையும் அறியாமலேயே நகங்களில் விழும் சின்ன அடி அல்லது பலமான அழுத்தம் காரணமாக ரத்த ஓட்டம் குறைவாகி இப்படி வெண் புள்ளிகள் வரலாம். நகத்தில் வெண்ணெய் அல்லது தயிர் தடவி வந்தால், ஓரிரு நாட்களிலேயே புள்ளிகள் மறைந்துவிடும்.

⅄ உள்ளங்கை மற்றும் கையின் மேல் பகுதியில் தேங்காய் எண்ணெய் தடவி, தினமும் ஐந்து நிமிடங்கள் கைகளை மூடி மூடித் திறந்தால், தோலின் சுருக்கங்கள் நீங்கி தசைகள் விரியும்.

⅄ நேரம் கிடைக்கும்போதெல்லாம் ஓர் எலுமிச்சம் பழத்தை உள்ளங்கையில் வைத்து உருட்டிக்கொண்டே இருங்கள். பஞ்சுபோல் உள்ளங்கை மிருதுவாக இருக்கும்.

சிலருக்கு உள்ளங்கைகளும் உள்ளங்கால்களும் உலர்ந்துபோய் கறுத்துவிடுவதோடு, வெடிப்புகளும் இருக்கும். இதற்கு, இரண்டு டீஸ்பூன் கடுகை ஊறவைத்து அரைத்துக்கொண்டு, அதில் ஒரு டீஸ்பூன் எலுமிச்சைச் சாறு கலந்துகொள்ளவும். இந்தப் பசையை உள்ளங்கால், உள்ளங்கை மற்றும் விரல் இடுக்குகளில் (நகங்களையும் சேர்த்து) நன்கு பத்துபோல போட்டுக்கொள்ளவும். ஒரு மணி நேரம் ஊற வைத்துவிட்டு கழுவவும்.

இன்னும் சிலருக்கு, உள்ளங்கைகள் மிகவும் கரடு முரடாக இருக்கும். இதற்கு, ஒரு டீஸ்பூன் கெட்டியான தயிரை, அரை டீஸ்பூன் எலுமிச்சைச் சாறுடன் கிளிசிரின் ஐந்து துளிகள் கலந்து, இரண்டு கைகளிலும் நன்றாக பூசித் தேய்த்துக்கொள்ள வேண்டும். கைகள் ஒன்றோடு ஒன்று தேய்க்கும்போது சிறிது நேரத்தில் அது உலர்ந்துவிடும். கைகளில் சிறிது நீர் தெளித்து மறுபடியும் தேய்த்து விடவும். 10 நிமிடத்துக்கு பிறகு, கைகளை தண்ணீரில் சுத்தம் செய்யவும். இதைத் தொடர்ந்து செய்யும்போது கைகளில் உள்ள கருமை மறைந்து அழகு பெறும்.

இரவில் படுக்கப்போகும் முன், சோற்றுக் கற்றாழை ஜெல்லை கைகளில் தடவிக்கொள்ளவும். இது, கால்-கைகளை சுத்தம் செய்வதுடன் அவற்றை மென்மையாகவும் நல்ல நிறத்துடனும் வைத்துக்கொள்ள உதவுகிறது. வெளிப்புற மாசு நம் மீது படிவதால் மங்கிய நிறம் மாறி, சருமம் ஒரே நிறமாக இருக்கும்.

11

பாதங்கள் பஞ்சுபோல மாற...

கருமை படர்ந்த கணுக்கால், பாளம் பாளமாக வெடித்த பாதம், பழுப்பேறிய நகங்கள், ஆங்காங்கே... செருப்பு, ஷூ அணிந்த அடையாள முத்திரைகள் என்று சிலரது பாதங்கள் பார்வைக்கு பரிதாபமாக இருக்கும். பலர், தங்கள் முகத்துக்கு கொடுக்கும் முக்கியத்துவத்தில் துளியளவுகூட பாதங்களுக்குத் தருவதில்லை என்பதன் எதிர்விளைவுதான் இது!

உடலைத் தாங்கி நிற்கும் நம் பாதங்களையும் பாதுகாக்க சில டிப்ஸ்...

⅄ வெதுவெதுப்பான நீர் நிறைந்த 'டப்'பில் ஷாம்பூ அல்லது உப்பு மற்றும் ஓர் எலுமிச்சம் பழத்தின் சாறை விடுங்கள். அந்தத் தண்ணீரில் சில நிமிடங்கள் பாதங்களை அமிழ்த்தி வைத்து, 'ப்யூமிக்' கல்லால் தேயுங்கள். பிறகு, குளிர்ந்த

நீரால் நன்றாகக் கழுவி, மெல்லிய துணியால் துடைத்துவிடுங்கள். பாதங்களில் இருக்கும் இறந்த செல்கள் உதிர்ந்துவிடும்.

⋏ பாதம், உள்ளங்கால் வறண்டு இருந்தால், நான்கு சொட்டு கிளிசரினில் நான்கு சொட்டு எலுமிச்சைச் சாறை கலந்து, தூங்கச் செல்லும்போது நகம், விரல்கள், பாதம் முழுவதும் தடவுங்கள். காய்ந்தவுடன் சுத்தமான சாக்ஸ் அணிந்து உறங்குங்கள். எட்டு மணி நேரம் பாதத்துக்கு இதமான சூழலும் ஓய்வும் கிடைப்பதுடன், வறட்சி, பித்த வெடிப்புகள் நீங்கி, மெத்தென பாதம் மென்மையாக மாறும்.

⋏ பாலில் தோய்த்து எடுத்த பஞ்சு கொண்டு நகங்களில் தேய்த்து வந்தால், நகம் உடையாமலும் மினுமினுப்பாகவும் இருக்கும்.

⋏ சிறிது கற்றாழை ஜெல்லுடன் கடலை மாவைக் கலந்து மிக்ஸியில் அரைத்து, இரண்டு நாட்களுக்கு ஒரு முறை உள்ளங்கால், பாதம், கணுக்கால் முழுவதும் தேய்த்துக் கழுவுங்கள். காயத்தால் ஏற்பட்ட தழும்புகள், கருமை மறைந்து சருமம் இயல்பான நிறத்துக்கு மாறும்.

⅄ மாதம் இரு முறை வெள்ளை எள்ளை அரைத்து... பாதம், நகங்களில் பத்துபோல் போட்டுக் கழுவுங்கள். இது, நகத்தின் இடுக்குகளில் படிந்துள்ள மண், அழுக்குகளை அகற்றி, நல்ல பளபளப்பைக் கொடுப்பதுடன் வெடிப்பு வராமலும் பாதுகாக்கும்.

⅄ நான்கு துளி விளக்கெண்ணெயை உள்ளங்கையில் விட்டு, நன்றாக சூடு பறக்க தேய்த்து, இரண்டு பாதங்களிலும் தேய்த்து விடுங்கள். பாதம் பளபளவென மின்னும்.

⅄ குளிப்பதற்கு முன் கஸ்தூரி மஞ்சளுடன் வெண்ணெயைக் கலந்து நன்றாகத் தேய்த்து வந்தால், முரட்டுப் பாதமும் பஞ்சுபோல் மெத்தென்றாகிவிடும்.

⅄ காலணிகள் வாங்கும்போது டிசைனை மட்டுமே பார்க்காமல் தரமானதாகவும் சௌகரியமானதாகவும் வாங்கி அணிந்து கொள்வது முக்கியம்.

⅄ வேக்ஸிங் முறையில் கை-கால்களில் தேவையற்ற முடியை அவரவர்களே நீக்கலாம். ஆனால், அது நிரந்தர பலனைத் தராது. ப்யூமிக் கல் கொண்டு மிகவும் மிருதுவாக மஞ்சள்தூளை முதலில் தடவி, ப்யூமிக் கல் மூலம் தேய்ப்பதும் முடியை வளரவிடாது தடுக்கும்.

12

மலைப்பிரதேச உலாவுக்கு யூக்கலிப்டஸ் குளியல்!

விடுமுறையில், நாம் அனைவரும் குடும்பத்துடன் சொந்த ஊருக்கோ அல்லது சுற்றுலாத் தலங்களுக்கோ செல்வதற்கான முன்னேற்பாடுகளில் மூழ்கி இருப்போம். கூடவே, சரும விஷயத்திலும் பயணங்களுக்கு ஏற்ப பிளான் செய்துகொள்வதும் அவசியம்!

விமானம், ரயில், பஸ்... பயணக் களைப்பு, கோடையின் வெயில், மலைப் பிரதேசங்களின் குளிர்... என நம் உடலும் கேசமும் எந்தச் சூழல்களிலும் பாதிப்பு அடையாமல் தடுக்க, சில ஆலோசனைகள்...

⅄ தேங்காய் எண்ணெய், புங்கங்காய் பவுடர், வேப்பம் பூ பவுடர், வெந்தயப் பவுடர், எலுமிச்சை சாறு, விளக்கெண்ணெய், தேன், யூக்கலிப்டஸ் ஆயில் போன்றவற்றை எங்குச் சென்றாலும்

கையோடு எடுத்துச் செல்லுங்கள். இவைதான் உங்களின் அழகையும் ஆரோக்கியத்தையும் தக்க வைக்கும் 'பியூட்டி கிட்'!

⅄ பஸ், ரயில், விமானம் என்று எதில் சென்றாலும் பயணத்துக்குக் கிளம்பும் முன் தேங்காய் எண்ணெயைத் தலையில் தடவி, நன்றாக வாரி பின்னல் போட்டுக்கொள்ளுங்கள். இதனால் பயணத்தின்போது தலைமுடி எதிர்க்காற்றில் பறந்து, தூசி படர்ந்து, வறண்டு போகாமல் தடுக்கலாம்.

⅄ தங்கும் இடத்துக்கு வந்ததும், உடனடியாக புங்கங்காய் பவுடரை வெந்நீரில் கலந்து, தலையில் தேய்த்துக் குளித்துவிடுங்கள். பயணத்தால் கேசத்தில் படர்ந்திருக்கும் அழுக்கு மற்றும் வியர்வையால் ஏற்பட்ட பிசுபிசுப்பு நீங்கும். கேசம் சுத்தமாகும்.

⅄ கால் டீஸ்பூன் புங்கங்காய் பவுடரை மிதமான வெந்நீரில் பேஸ்ட்டாக்கி, கை, கால் நகம், பாதங்களையும் சுத்தம் செய்யலாம். அழுக்குகள் நீங்கும்.

⅄ பலருடன் பயணம் செய்யும்போதும், தங்கும்போதும் குழந்தைகளுக்குத் தலையில் பேன் வரலாம். அரை டீஸ்பூன் வேப்பம் பூ பவுடரை தண்ணீரில் கரைத்து, தலையை அலசுங்கள். பேன், பொடுகு எதுவும் நெருங்காது.

⅄ 100 மில்லி தேங்காய் எண்ணெயில் 10 துளி எலுமிச்சைச் சாறை விட்டு, ஒரு பாட்டிலில் எடுத்துச் செல்லுங்கள். இந்த எண்ணெயைத் தலையில் தடவி வாரி, பத்து நிமிடம் கழித்து மிதமான சுடுநீரில் தலையை அலச, முடி பளபளப்பாக ஜொலிக்கும்.

⅄ சிறிது விளக்கெண்ணெயை கண்களைச் சுற்றி தடவி, அரை மணி நேரம் கழித்து மிதமான சுடு நீரில் கழுவுங்கள். அலைச்சலால் ஏற்பட்ட கண் எரிச்சல் நீங்கி, விழிகள் 'பளிச்' என்று குளிர்ச்சியாகும்.

⅄ மலைப் பிரதேசங்களுக்குப் போகும்போது தண்ணீரில் நான்கு சொட்டு யூக்கலிப்டஸ் ஆயிலை கலந்து குளித்தால், சளி பிடிக்காமல் இருக்கும்.

⅄ அலைச்சலால் உடம்பை உஷ்ணம் தாக்காமல் இருக்க, வெந்தய பவுடரால் கூந்தலை அலசுங்கள். இது குளிர்ச்சியைத் தருவதுடன், நுனி முடி பிளவுகளையும் நீக்கி, நல்ல கண்டிஷனராகவும் இருக்கும். சுற்றுலா முடித்து வாடி வதங்கிய கத்திரிக்காயாக வீடு திரும்பாமல், புத்துணர்ச்சியுடன் திரும்பலாம்.

மேனி, பளபளக்கத் தேவையானவை:

தேங்காய் எண்ணெய் - 200 மில்லி

கற்றாழை - இரண்டு பட்டை

செய்முறை:

லேசான சூட்டில், தேங்காய் எண்ணெயுடன் கற்றாழையில் இருந்து கிடைக்கும் ஜெல்லையும் சேர்த்து காய்ச்சவும். இந்த எண்ணெயை தினமும் முகம், கழுத்து... போன்ற பகுதிகளில் குளிப்பதற்கு முன் தடவி, அதே எண்ணையைத் தலைக்கும் சிறிது மசாஜ் செய்து 10 நிமிடங்கள் வைத்திருந்து குளிக்கவும். இந்த எண்ணெய், தலையின் உச்சிப் பகுதியை நன்கு கண்டிஷன் செய்வதோடு முடி வளர்ச்சியையும் தூண்டும். மேலும், சருமத்துக்கு எதிர்ப்புச் சக்தியைக் கொடுத்து, தோலின் நிறம் மங்காமலும் கருமை மறையவும் செய்கிறது. தேங்காய் எண்ணைய், சருமத்தை நன்கு சுத்தம் செய்து, பளபளப்பான பொன்னிறமான மேனியைக் கொடுக்கிறது.

ஓயாமல் அழும் குழந்தைக்கு...
உற்சாகமூட்டும் எண்ணெய் குளியல்!

நீர் பட்டவுடன் முதலில் சிலிர்த்து, அழுது, பின் அந்த வெந்நீரின் இதத்தை அனுபவிக்கப் பழகி, பொக்கை வாயால் சிரித்து நம்மையும் பரவசமாக்கும், குட்டீஸ் குளியல்! அந்த ஆனந்தத்தை ரசிப்பதுடன், அதில் அக்கறைப்பட வேண்டிய விஷயங்களையும் அறிந்து கொள்வோமா..?

✗ சில குழந்தைகளுக்கு பிரசவ நேர நிகழ்வுகளால் தலை ஒரு பக்கம் குழிந்து, ஒரு பக்கம் வீங்கி என இஷ்டத்துக்கு இருக்கும். இப்படி இருந்தால்... ஒரேயடியாக கவலைப்பட வேண்டாம். ஏனெனில், பிறந்த குழந்தைகளின் தலைப் பகுதியானது, பொம்மை செய்யும் களிமண் பதம்போல மென்மையாகத்தான் இருக்கும். எனவே, எண்ணெய் வைத்து கையால் குழந்தையின் தலையில் மென்மையாகத் தேய்த்துத் தடவி குளிப்பாட்டும்போது, தலை அழகான வடிவத்துக்கு வந்துவிடும். கூடவே, இந்த எண்ணெய்க் குளியலால் முடி நன்றாக வளரவும் தொடங்கும். தலையில் பேன், பொடுகு தொல்லை என்பதே இருக்காது. சுத்தம், ஆரோக்கியம், அழகு அத்தனையும் வந்து குடிகொண்டுவிடும்.

✗ பிறந்த குழந்தைகளுக்கு ஒரு நாள் விட்டு ஒரு நாள் எண்ணெய் தேய்த்துக் குளிப்பாட்ட வேண்டும். முதல் 15 நாட்களுக்கு தேங்காய் எண்ணெயில் குளிப்பாட்டுங்கள். பிறகு வாரத்தில் தேங்காய் எண்ணெய், நல்லெண்ணெய் என மாற்றி மாற்றியும், மாதம் ஒரு முறை பாதாம் எண்ணெயையும் பயன்படுத்தலாம். குளிர்காலமாக இருந்தால் கடுகு எண்ணெயும், ஆலிவ் எண்ணெயும் தேய்த்து குளிப்பாட்டினால், தோல் வறண்டு போகாமல் பளபளப்பாக இருக்கும்.

சளித் தொல்லை இருந்தால் 4 துளி வேப்ப எண்ணெயை நெஞ்சில் தடவி, பிறகு குளிப்பாட்டினால் சளி, வீசிங் (மூச்சிரைப்பு) இருக்காது. பெண் குழந்தை நடக்கும் வரை வாரம் ஒரு முறை உடல் முழுவதும் கடுகு எண்ணெயை தடவி, அதிகாலை வெயிலில் சில நிமிடங்கள் நிற்க வைத்து, குளிப்பாட்ட வேண்டும். இதனால், முகம், கன்னம், முதுகு பகுதிகளில் தேவையற்ற முடிகள் உதிர்ந்துவிடும். மேலும், வைட்டமின் சத்து கிடைப்பதுடன் எலும்பும் உறுதியாக இருக்கும்.

✗ குழந்தைக்கு ஒரு வயது வரை தலைக்குக் குளியல் சோப்பு போடுவது தவறு. பேபி ஷாம்பூ உபயோகிக்கலாம். அதைவிட,

பயத்தம் பருப்பை அரைத்து சலித்து பயன்படுத்துவது மிகவும் நல்லது. குளிப்பாட்டியதும் சாம்பிராணி போடுவதால், சளி, இருமல் தொல்லை இல்லாமல் இருக்கும். குழந்தையும் நன்றாகத் தூங்கும்.

➤ ஒன்று முதல் இரண்டு வயது வரை உள்ள குழந்தைகளுக்கு வாரத்துக்கு மூன்று நாட்கள் தலைக்குத் தண்ணீர் ஊற்றலாம். இரண்டு வயதுக்கு மேல் வாரம் இரு முறை தலைக்கு எண்ணெய் தேய்த்து நன்றாக ஊற வைத்து, பிறகு குளிப்பாட்ட வேண்டும்.

பிரசவத்தின்போது தாய்மார்களுக்கு சில ஹார்மோன் மாற்றங்கள் ஏற்படலாம். அதனால், பிறக்கும் குழந்தைக்கு தலையில் மஞ்சள், கறுப்பு நிறத்தில் திட்டுத்திட்டாக தோன்றும். இது பரவவும் செய்யும். இதனை 'மண்டை கரப்பான்' (Cradle Cap) என்பார்கள். மொட்டை அடிக்கும்போது இது பளிச்சென்று தெரியும். பின் ஏழு, எட்டாம் மாதத்தில் மறைந்துவிடும். ஒருசில குழந்தைகளுக்கு இரண்டு அல்லது மூன்று வயது வரையிலும்கூட இருக்கலாம். இதற்கு பயப்பட வேண்டிய அவசியமில்லை. இதைப் போக்க இனிவரும் வழிமுறையைப் பின்பற்றலாம்.

➤ மிதமாக காய்ச்சிய எண்ணெயைத் தலையில் தேய்த்து சீப்பால் முகத்தில் படாமல் பின்புறமாக வாரி, பயத்தமாவால் அலச வேண்டும். சில நாட்களில் சரியானதுபோல் தோன்றினாலும், இந்த கரப்பான் திரும்பவும் வந்துவிடும். எனவே, தொடர்ந்து இதேபோல மிதமான சூட்டில் காய்ச்சிய எண்ணெய் தேய்த்துக் குளிப்பாட்ட வேண்டும்.

ஐந்தே மாதத்தில் கரப்பான் முற்றிலும் உதிர்ந்துவிடும். இதற்கு பாதாம் அல்லது ஆலிவ் எண்ணெய் பயன்படுத்துவது மிகவும் நல்லது. இந்த எண்ணெய் 'திக்'காக இருப்பதால் தலைக் கரப்பான் சீக்கிரமே காணாமல் போய்விடும்.

➤ மிகவும் மிருதுவான குழந்தையின் முடியிலும் சில சமயம் பேன்கள் இருக்கும். இந்தப் பேன், காதோரம், புருவம்... என முடி இருக்கும் பகுதிகளில் அதிகமாகப் பரவி இருக்கும். குழந்தைக்கு தலை அரிக்கும்போதெல்லாம் அதைச் சொல்லத் தெரியாமல், வீறிட்டு அழுதுகொண்டே இருக்கும். குழந்தைக்கென்றே இருக்கும் சின்ன சீப்பைக் கொண்டு முடியின் வேரிலிருந்து மேல் நோக்கி வாருங்கள். பிறகு, தலைக்குக் குளிப்பாட்டி, வெள்ளை காட்டன் துணியால் லேசாகத் துடையுங்கள். பேன், ஈரத்துணியில் ஒட்டிக்கொள்ளும். பேன் தொல்லை தீரும்.

13

தாலி கட்டும் நேரத்தில் தங்கம்போல ஜொலிக்கலாம்!

முகூர்த்தத்துக்கு நாள் குறித்ததும், அந்தப் பெண்ணுக்கு ஏற்படும் சந்தோஷத்துக்குச் சமமாக... டென்ஷன், அலைச்சல், கனவு, எதிர்பார்ப்புகள், பயம் ஆகியவையும் வரிசை கட்டும்! கலவர கண்கள், பூக்கும் பருக்கள்... என அதன் வெளிப்பாடு புறத்தோற்றத்திலும் பிரதிபலிக்கும். 'கல்யாணப் பொண்ணு... என்ன இப்படி டல்லா இருக்கற..?!' என்று பார்ப்பவர்களின் கண்களுக்கும் அது புலப்படும்.

அதையெல்லாம் தவிர்க்க, நிச்சயமான நாள் முதல் மண நாள் வரை, 'ஒரு நல்ல வாழ்க்கை நமக்கு காத்திருக்கு' என்ற அமைதியான மனதுடன், இந்தச் சருமப் பாதுகாப்பு பராமரிப்புகளையும் செய்து வந்தால், மணவறையில் நீங்கள் 'ஜொலிக்குதே ஜொலி ஜொலிக்குதே'தான்!

⅄ தினமும் வெதுவெதுப்பான பாலில் பஞ்சை தோய்த்து கை, கால், நகம், விரல் இடுக்குகள் மற்றும் மூக்கு, காது பகுதிகளில் தேய்த்து சுத்தம் செய்யுங்கள். இந்த 'க்ளென்ஸர்' காரணமாக அழுக்கு நீங்கி, நகமும் பளபளப்பாக மின்னும்.

⅄ உறங்கப்போவதற்கு முன் சூடான தண்ணீரில் ஒரு பிடி கல் உப்பு, நான்கு புங்கங்காய் தோலை போட்டு ஊற வைத்து, அதில் கால் இரண்டையும் பத்து நிமிடம் அமிழ்த்தி வையுங்கள். பிறகு, எலுமிச்சம் பழத்தை இரண்டாக வெட்டி, அதன் தோலை காலில் தேய்த்துக் கழுவுங்கள். வெள்ளைத் துணியால் நன்றாக துடைத்து விட்டு கிளிசரின் தடவுங்கள். வாரம் இரு முறையாவது இப்படிச் செய்து வந்தால்... பாதத்தின் வெடிப்பு, பிளவுகள் நீங்கும்! பின் மெட்டி போடும்போது 'மெத்'தென்று இருக்கும்!

⅄ காலில் ஷூ, கொலுசு போடுவதால் அந்த இடத்தை தவிர மற்ற இடங்களில் கறுப்பாக இருக்கும். பாதாம் ஆயில் அல்லது பாதாம் பருப்பு அரைத்த விழுதை பூசி வந்தால், கருமை மறைந்து எல்லா இடங்களும் ஒரே நிறத்துக்கு வரும்.

⅄ சிலருக்கு கை, கால்களில் அதிகமாக முடி இருக்கும். இதற்கு... கடலை மாவு, கஸ்தூரி மஞ்சளை சமமாக எடுத்து, பேஸ்டாகும் அளவுக்கு பால் சேர்த்து திக்காக கலந்து பத்துபோல் போடுங்கள். ஓரளவு காய்ந்ததும் (துடைத்து எடுக்கும் அளவுக்கு) சிறிய வெள்ளைத் துணியால் ஒற்றி எடுங்கள். ஒரு நாள் விட்டு ஒரு நாள் இதைச் செய்துவர, முடி வலுவிழந்து லேசாகி உதிர்ந்துவிடும்.

⅄ பசும் மஞ்சளை விழுதாக அரைத்து, சிறிது பயத்த மாவு, பாலை கலந்து முகம் முதல் பாதம் வரை உடம்பு முழுவதும் பூசிக் குளியுங்கள். தோலைப் பளபளப்பாக்கி நல்ல வாசனையையும் கலரை கொடுப்பதோடு... குற்றாலத்தில் குளித்ததுபோல் உடம்பே குளுகுளுவென்று இருக்கும். மாலை சூடும் வேளையில், உங்களை தங்கம்போல ஜொலிக்க வைக்கும்!

⅄ நன்கு காய்ச்சிய அரை கப் பாலை ஒரு பஞ்சில் நனைத்து, கண்கள், மூக்கைச் சுற்றிலும் ஒற்றி எடுக்க வேண்டும். சிறிது காய்ந்ததும் பஞ்சை இன்னொரு முறை பாலில் நனைத்து ஒற்றி எடுக்கவும். இவ்வாறு நான்கு அல்லது ஐந்து முறை செய்து பின்னர் முகத்தை குளிர்ந்த நீரில் சுத்தம் செய்யவும். இது, உஷ்ணத்தை குறைத்து வெப்பத்தினால் ஏற்பட்ட சிறு சிறு கட்டிகள் மற்றும் தோலின் நிறம் ஆங்காங்கே மாறி இருப்பது போன்றவற்றுக்கு மிகவும் சிறந்தது.

மேலும், இழந்த நிறத்தை திரும்பப் பெறலாம். முகம், நன்கு பளபளப்புடன் இருக்கும்.

⅄ இரண்டு டீஸ்பூன் மாதுளைச் சாறை, ஒரு டீஸ்பூன் பாதாம் எண்ணையுடன் கலந்து முகத்தில் போடுவது, சருமத்தை வெளிறிப் போகாமல் காக்கும்.

பொதுவாக, சத்தான உணவு சாப்பிடாமல் இருப்பவர்களுக்கு கண்களும் முகமும் வெளிறிக் காணப்படும். இது, இரும்புச்சத்துக் குறைவால் ஏற்படுகிறது. மாதுளைச் சாறு, இழந்தச் சத்தை மீட்டுக் கொடுக்கும். பாதாம் ஆயில், சரும வறட்சியை நீக்கி மினிமினுப்பைக் கொடுக்கும்.

●